கவியும் கவிஞனும்

பதிப்பகம்

POETRY WORLD ORG

First Edition : 2020

Printed In India

கவியும் கவிஞனும்

தொகுப்பாளர்

B.பவித்ரா தேவி

நன் மதிப்பு

Ramya Kalaivani. K

Mahi R. V

Dr. Niveditha. P

Nitin Chopra

உள்ளடக்கம்

அம்மா

மதிவானன். S

பஞ்சத்தில் வாழ்ந்தாலும் பஞ்சமிலா பாசத்தை
பரிசளிப்பாள்
வேதனையில் தவித்தாலும வேள்வித்தீயென
வென்றுகாட்டிடுவாள்
உடல் வருந்த உழைத்தாலும் உன்னத பெண்
அவள் என்றும் ஊக்கத்தினை ஊட்டிடுவாள்
சிகை நீலம் கொண்டவளாயினும் விழி வழியே
சித்திரம் வரைந்திடுவாள்
நீல வானத்தினை சேலையாய் உடுத்தினாலும்
அவள் திரு நெற்றியில் நட்சரத்தினை
பொதிந்திருப்பாள்
மல்லிகைப்பூ சூடினாலும் சுந்தர மனம்
பெற்றிருப்பாள்
ஈன்றெடுத்தவன் நல்லவனாயினும் தீயவனாயினும்
ததும்பும் அன்பு ஒன்றையே தரும் அழகே
அம்மா.

அழியா அன்பூறல்

ராஜசூர்யா

எந்நாளோ என்னில் உயிர்ப்பு

வரையில் தாரம் எவரோ!

ஆத்மம் முழுதும் நீயே

இது வரையும் என்னில்!

விளாங்காதோ மனம்! விளங்குதே!

மந்தம் தெளியா வண்ணம்!

மாடம் நீயும் இறங்காயோ!

மீனும் நானும் துடித்திருப்போம்!

கொஞ்சுதலில் மேனி உடையோள்

கெஞ்சுதலில் மீதம் நானே!

கார் விழியோ விழியேறுமோ!

அகம் மயங்கி தொடருதே;

ஆழ் உள்ளில் அமிர்தம்

ஆழ்ந்து இறங்கியே மயக்கம்

மருத்துவம் நீயோ நீ!

என்னுள் உயிரும் நீ!

அழியா காதல்

ஜெம்ஸ்

உயிர் பிரிந்து,

உடல் எரித்து,

காலங்கள் அழிந்து,

நினைவுகள் மறந்து,

நீ நேசிப்பாய் என்றால்?

மறுபிறப்பு பெற்று,

இயற்கையில் உதிர்த்து,

காற்றாய் உருவெடுத்து,

நீ இருக்கும் வரை,

உன் மூச்சில் கலந்து,

என்றும் என் காதல்,

நிறைந்திருக்கும்

உன்னோடு.

அவளின் அவன்

ஜனனி. பா

அவள் மேல் எனக்குக் கோபம்

எனக்கான என்னவனின் கடைவிழிப் பார்வையில்

அவள் வெட்கிச் சிவந்துவிட்டாளே

எனக்கானது

அல்லவா அது! 'அந்திவானம்'

அவள் மீதல்லாது என் மீது மட்டுமே

கவனம் கொண்ட என்னவனின்

தூய அன்பில் என்னையே மறந்திருக்க உள்ளம்

பொறாது அவளே மறைந்தாள் நிலவிடம்

முறையிட்டவாறே

அவள் மறைய திங்கள் தோன்றினாள்

நித்திரை தேவியை வெகுண்டெழுந்து

அனுப்பினாள் எங்களிடம்

துயில் ஆட்கொள்ள.

இமைக்குள் வைத்து கண்ணயர்ந்தேன்

என்னுள் உறைந்த என்னவனை

ஏனோ துயில் கலைக்கிறான்.

சிறை வைத்ததற்கு தண்டனையோ?

நானொரு வழியினையே கண்டறிந்தேன் நாம்
நொடிப்பொழுதும் பிரியாதிருக்க

அவளின் கவிஞன்

மனிகண்டன். S (தனிமையின் காதலன்)

அவளுக்கான வார்த்தைகள்

தேடி தேடி கவி தீட்டி

கவிஞன் ஆனேன் அன்று.

அவளின் காதலனாகவோ கணவனாகவோ

வாய்ப்பே இல்லை உணர்ந்தேன் இன்று.

எனது கிறுக்கல்களை

கவி என்றவள் எனை கிறுக்கன் என்றே

அறிமுகம் செய்கிறாள்.

மன மேடையில்.

என் கவியும்.

இக்கவிஞனும்.

வெறும் கிறுக்கல்களாய்.

அவனும் நானும்

L.*சௌமியா*

அம்பு போன்ற பார்வையால் என்

நெஞ்சைத் துளைத்தாயோ

ஆளப் பிறந்தவன் நீ, அன்பையும்

பரிசளிப்பாயோ

இக்கணமே நான் உன்னைக் காண

வழிவகுப்பாயோ

ஈன்ற தாயைப் போல் நான் உன்னை

காப்பேனோ

உன்னை ஒருபோதும் மறவாது

நினைத்திருப்பேனோ

ஊரே வியக்கும்படி என்னை

மணப்பாயோ

என்னை உனக்கே முழுதாய்

தருவேனோ

ஏனென்று கேட்டால் பதில்கூற

மறுப்பேனோ

ஐம்பூதங்களின் சாட்சியாய், நீ

என்னை உறவாய் ஏற்பாயோ

ஒன்றான உறவினரெல்லாம் நம்மை

கண்டு வியப்பாரோ

ஓர் உயிராய் நாம் இணைய, என்

கரம் பிடிப்பாயோ

ஒளவைப் போல்,தினமும் உன்னைப்

பாடும் வரம் தருவாயோ

ஃஎன்ற எழுத்தைப் போல்

இறுதிவரை என்னுடன் கலந்திருப்பாயோ

இடைவெளி

அபர்ணா வேல்முருகன்

உன் பார்வை வாழும் விழி எனதாக வேண்டும்.

உன் வாசம் பொருந்தும் மலர் நானாக வேண்டும்.

உன் சுவாசம் என்னை மட்டும் அடையும்
நெருக்கங்கள் வேண்டும்.

உன் இருதயத் துடிப்பு என்னுள்ளே இன்னிசையாக
ஒலிக்க வேண்டும்.

உன் நெகிழ்ச்சி காரணி நானாக வேண்டும்.

உன் சோகங்கள் என் பிரிவில் மட்டுமே உன்னை
நெருங்க வேண்டும்.

நான் சாயும் தோள் என்றும் உனதாக வேண்டும்

என் கரம் கோர்க்கும் விரல்கள் உனதாக
வேண்டும்.

என் பாதை என்னாலும் உன்னைத் தொடர
வேண்டும்.

என் கணங்கள் உனக்காக காத்திருக்க வேண்டும்.

என் நினைவுகள் முழுவதும் நீ நிறைய வேண்டும்.

என் பாரில் தோன்றி மறையும் ஞாயிறு திங்களாக
நீ வேண்டும்.

முப்பொழுதும் முழு நிலவாய் என் வானில்
வேண்டும்.

நீ இல்லா என் உலகம் இரவை இணையாது.

உம்மை கனவில் காணா என் விழிகள் விடியலை
நாடாது.

உன் மௌன மொழியே போதும் உன்னில் நான்
இணைய.

நம் அன்பு ஒன்றே போதும் உன் உயிரில் நான்
கரைய.

யாதுமாகி நீ எனதாகி - உன்னில்

நான் உதயமாக காத்திருக்கிறேன்.

சிறிய இடைவெளியில் உன் நினைவலையில்.

இலக்கணம் புதிது

த. இதயக்குமார்

வான் திறந்த வெளியில்

ஊன் மறந்த நிலையில்

கண் படர்ந்த திசையில்

நான் பறந்து செல்கையில்

புருவ மின்னல் தாக்கி

காதல் காடு வளர்க்க

பூமிக்கும் விதைகளானேன்

மழையாகியவள் வருகையிலே

மண்ணுடைத்து வருவேனே

மரணம் வெல்லுமந்த

காதல் தருவேனே

நேர் வகிடெடுத்த சித்திரமே

என்னகத்தில் நீ பத்திரமே

தேன் சுரந்த இதழால்

காதல் மழை பொழிந்தால்

காலமெல்லாம் வாழ்ந்திடுவேனே

வந்துவிடு இளந்தேனே

என்னோடு இக்கணமே

எழுதிடுவேனே உனைவைத்து

புதுத் தமிழ் இலக்கணமே

ஊசிப்போனது

பா.கம்பதாசன்

இலக்கணம் கூறும் சிறு பொழுதுகளின் சிறு
பொழுது அது

யாமம் வைகறை ஏற்பாடு நண்பகல் கடக்க

மருத நிலத்தில் ஒரு மாலைப் பொழுது புலர்ந்தது

அவள்,

அழகியாள், அங்கயற்கண்ணியாள்,

வடிவுக்கரசியாள், வசந்த சவுந்தரியாள்,

கிளிப்பிள்ளை குழலியாள், இரட்டைச் சடையாள்,

பாவாடை சட்டையாள்,

மாறாப் புன்னகையாள்,

அகவை இருமூன்றாள்,

தெருவில் பந்து பயின்றாள்

ஆம், அவள் சிறுமியாள்.

படியிறங்கி வந்தாள் ஈன்றவள்

"நான் பலசரக்கு கடைக்கு செல்கிறேன்

விரைவிலே வருகிறேன்" என்று வினவினாள்.

"பொரி உருண்டையும் கொழுக்கட்டையும்" கோரி

கொஞ்சினால் அந்த ஆறு அகவையாள்.

நெற்றியில் அழுத்த முத்தம் தந்து

"செய்கிறேன் அனைத்தும் வந்து"

என்று விரைந்து சென்றாள் ஈன்றவள்.

ஆம், அன்று பிள்ளையார் சதுர்த்தி

ஆகவே அப்பிள்ளை இதைக் கோரியது.

பந்து பயின்றவளை கூட்டத்திலிருந்து கலைத்தது

ஒரு களைப்பு,

களைப்பினால் இளைப்பாற

அந்த முன்னெதிர் வீட்டின் முதற்படியில்

அமர்ந்தாள்.

மற்றவர் மனம் அனைத்தும் பந்திலேயே தவிர,

அந்தப் பல்லவியென்பவளை நோக்கி அல்ல.

பல்லவி அருகே அமர்ந்தான் அந்த
வெள்ளையுடை இளைஞன்,

அதுவரை அவன் உள்ளமும் வெள்ளைதான்,

நகைத்தான், அவளும் நகைத்தாள்,

வினவினான், "களைப்பு" என்றாள்,

மறு வினவினான், "ஈன்றோர் வெளியே"
என்றாள்,

கடை வினவினான், "வேண்டாம்" என்றாள்,

அதே வினா வினவினான், "சரி., வேண்டும்"
என்றாள்.

அவன் கேட்ட கடைவினா, "பொரி உருண்டை
வேண்டுமா?"

அழைத்தான், தன் வீட்டினுள் அழைத்தான்

சுற்றமும் சூழ்நிலையும் சூதும் வாதும் தோது
ஆனது.

காரியங்கள் அவன் கைசேர

இரு கதவும் ஒன்று சேர்ந்தது,

உள்ளத்தில் பீஷ்மளபோன்று

கொடுத்த வாக்கை காப்பாற்றினான்.

அவள் அங்கத்தில்

அங்கும் இங்கும் எங்கும் என

அவன் கை பதித்தான்,

'கிச்சுகிச்சு' தான் என்றெண்ணி

தரையில் படுத்து சினுங்கினாள்,

தாய் வளர்த்த இன்னிசையளபடை

தந்தை வளர்த்த சொல்லிசையளபெடை

அன்று தொடையிடை துன்பத்தை
அளபெடுக்கவில்லை.

பொறியில் சிக்கிய புதல்வியறியாமல்

பொரி உருண்டை உருட்டினாள் வந்தவள்.

தனித்த ஆட்டுக்குட்டி "அம்மாட்ட போறேன்னு"
அழுதது,

இருநீள துணிகளை

இரு இதழ்களுக்குள் திணித்தான்

தின்பண்டம் என தின்ன நினைத்தான்.

அடி தாங்கா பிள்ளையிடம்

அடி கணக்கில் இறங்கினான்,

வளராத வதுவிடம் வலிமையை காட்டினான்,

ஒருமுறை முடிந்தது.

துடித்தாள்! துடித்தாள்! துடித்தாள்!

காமராசனே கண்ணீர் விடுவான் காரியம்
பார்த்தால்,

இரண்டாம் முறை.

மூன்றாம் முறை.

என எண்ணிலடங்கா முறைகளை

எண்ணும் இருநாழிகைக்குள் எண்ணியபடி
முடித்தான்.

வெள்ளை வழுவழுப்பு தரையெங்கும்

சிவப்பு திவலைகள்,

கைப்பாகையாக கருதியவன்

குருதி கனலில் பாவையை கொன்றான்,

ஆம், பல்லவி சீர் கெட்டுப் போனது.

அவன் கிழித்த கிழிசல் கொண்டு கிழிந்த

இடங்களை கட்டினான்,

மத்தியில் உறையா குருதி ஊற்றை

உடைகள் கொண்டு திணித்தான்.

பிரயாணப்பையில் பிணமாய் மாற்றி

தோல் கிழித்த வதுவை தோள்களில் ஏந்தி.

வாகனத்தில் விரைந்தான் வரும்போது

பையில்லை.

முத்தமிட்ட முகத்தால் முகவரி தெரியாமல்

முகம் தெரிந்தோர் அனைவரும் "தெரியாது" என

உரைக்க

தேடிய பாதங்கள் தேயத் தேய,

வருவாள்.. வருவாள்.. என்ற மனங்கள் சூழ.

வந்தது மறுநாள்... சந்ததியின் முத்து ஒன்று,

தெருச்சந்தின் மூட்டையில் கிடந்தது..

மூன்று நாய்களால் முடிச்சவிக்கப்பட்ட

மூட்டையது.

புது காயங்களின் மத்தியில் பழைய தழும்பு

ஒன்று

"இது உன் மகள்தான்" என்று தந்தையிடம்

கூறியது,

அடையாளம் கண்ட தந்தை,

"ஐயோ..! ஐயோ...! ராசாத்தி.. பல்லவி.. பல்லவி..

பல்லவி...!" என்றுரைக்க

"களவு தெரிந்து இருந்தால்

கருப்பையிலே ஒலித்து வைத்திருப்பேன்" என்று

அடிவயிறு அறுத்துப்போக அடித்துக் கொண்டாள்

அன்னை.

வெறிநாய் குதறி, பின் தெருநாய் குதறிய உடலை

மருத்துவ கத்திகளும் கிழிக்க வேண்டுமா?

சதுர்த்தி சங்கடம் சதுர்த்தியாய் மாறியது,

சடங்குகள் முடிந்தது.

அதை எவ்வாறு எழுதுவேன்...

பாவையை பாடையில் கிடத்தாமல்

தூக்கி வளர்த்த இரு கைகளில் தந்தை ஏந்த

ஊர்வலம் தொடங்கியது..

ஊர்வலம் வழியில் தந்தை,

"அம்மா எழுந்திருச்சு பாரும்மா...

இதோ பாட்டி வீடு வரைக்கும் வந்துட்டோம்மா...

போய் பாட்டி கிட்ட பேசலாமா..?

ராசா அண்ணன் கடை வந்துடுச்சு மா.. பரோட்டா

சாப்பிடுறியா..?

இதோ பூங்கா வந்துடுச்சு இறங்குமா..

கண்ணே..! இறங்குமா...

ஊஞ்சல் விளையாடலாம்,

சரி, பைக்ல வரியா..? கண்ணு

செல்லம்... செல்லமே...

எழுந்திருச்சு பேசு தாயி... என்ன பெத்தவலே...!"

என்று கதறி கதறி

இடுகாடு வரை வந்துவிட்டார்,

யாருடைய கண்ணீரும் அந்த

தீசுவாலையின் நெருப்பை அணைக்கவில்லை,

சுடுதண்ணீர் கூட பொறுக்காதவள்

சுட்ட சாம்பல் ஆனாள்.

கண்காணிப்பு கருவி கதைத்தது களவு கலவியை

காவலரிடம்.

முறையில்லா நட்போ, வளர்ப்போ, வாழ்ந்த
வழியினிலோ

மனிதம் மாறிய அந்த வெறிநாயை...,

இளைய பருவத்தில் இளம்பிள்ளை கொஞ்சிய
அனைவரிடத்திலும்

அக்ரோனி சேனையில் அடிபட்ட புழுபோல,

கல் இதயம் ஆனவனுக்கு

கல்லடிபட வேண்டும்...

தோலுரித்த அவன் துகிலுரிக்கப்பட வேண்டும்..

இனிப்பாய் உயிரை தின்றவன் காயங்களை

உப்பு நீரில் கழுவப்பட வேண்டும்...

வெட்டவெளியில் வெளிச் சிறையில் விட்டு,

வாய்க்கு ஏதும் வழி இல்லாமல்,

வதங்குதல் வேண்டும்.

அவன் மரணத்திற்கு "சித்திரவதை" அணிகலன்
வேண்டும்.

ஆனால் இறுதிதான் என்ன?

ஏதோ தண்டனையுடன்,

மனிதம் இல்லா மனிதத்துடன்,

பல்லவியில்லா பல குடும்பத்துடன்,

பொரி உருண்டையும் கொழுக்கட்டையும்
ஊசிப்போனது.

இப்படிக்கு,

பெற்றோர்களின் உணர்வுகளுடன், பா.கம்பதாசன்.

என் யாதுமாகி

விநய் க்ரிஷ். கோ

அகிலமளக்கச் சொன்னால்,

நான் -

ஆயிரம் வழிகள் கொள்வேன்...

என்

அன்னையவள்,

அன்பளக்கச் சொன்னால் -

என் செய்வேன் யான்?

அவள்,

அகிலமே யானாகி நிற்க,

அவள் -

என்

யாதுமாகி நின்றாள்.

ஏகாந்த கானம்

கவிநிலா ராதா

தனிமை - நான் விரும்பி ஏற்றுக் கொண்ட
மாயாஜாலம் அது

தனிமையின் இடையே எந்தன் கற்பனைகள்
சிறகடித்து விரிந்து பறக்கின்றன

நான் எண்ணிய வாழ்க்கையும், விரும்பிய
வேட்கையும் ஈடேறும் தருணங்கள் அவை

நான் யார்? என்ற கேள்விக்கு இவள் தான் நீ
என்று முன்னின்று பதிலுறைக்கும் ஒளிவிளக்கு
எந்தன் தனிமை

துயரங்கள் அகன்று,கனத்த இதயங்கள் இலகி,
மகிழ்வும், பூரிப்பும் பூத்துக் குழுங்கும்
நந்தவனமே,

தனிமையின் இடையே சிலாகித்து நிற்கும் எந்தன்
கற்பனை உலகம்.

கண்ணுக்கு புலப்படாத கனவுகள் அரங்கேறும்
மேடையும் இதுவே.

பாரதி கண்ட புதுமைப் பெண் அன்று இவள்;
ஆனால் பாரதியின் ஏக்கமும் தாக்கமும்
இவளுக்குண்டு.

பாரதி கண்ட புதுமைப் பெண் அன்று இவள்;

ஒரு தலை காதல்

பிரகதீஸ்

தலைவன் இங்கே காத்துள்ளேன் தலைவி
உன்னைக் காணவே..

ஏங்கி ஏங்கி காத்துள்ளேன் இரவில் உன் முகம்
காணவே..

நீண்ட நேரம் ஆகியும் நின் முகம் இன்னும்
வரவில்லையே...

மரம் அடர்ந்த மலைகளுக்குள்ளே
மறைந்தாயோ...

நீர் நிறைந்த கடலுக்குள்ளே கரைந்தாயோ...

வெள்ளொளி வீசும் நின் முகம் காணாமல் என்
வலி என் மனத்திலிருந்து அகலாது...

கண் விழி நீருடன் காத்துள்ளேன்

கலைமகளே என் முகம் பார்பாயோ...

என் நிலவே..

கரோனா கண்ணீர்

சகோ (ச.பை முகமது) சல்மான்

இறைவா...

கை விட்டால் கதி வேறுமில்லை

தண்டித்தால் தவ றேதுமில்லை

பாவிகள் தான் அதில் மாற்றமில்லை

மனிதன் தான் இதில் கேள்வியில்லை

ஆசை தான் அதில் குறையுமில்லை

அதனால் தான்இங்கு அமைதியில்லை

அழித்து விட்டான்காட்டில் மரங்களில்லை

கொன்று விட்டான் பல இனங்களில்லை

மனிதன் தான் உள்ளே மனிதமில்லை

பாவிகள் தான் அதில் மாற்றமில்லை

கருணை கடல்நீ இதில் ஐயமில்லை

எளியவ னிவன் இதில் பொய்யுமில்லை

மன்றா டுகிறேன் வேறு வழியுமில்லை

கொடுத்திடு அறிவு இது போதவில்லை

வேண்டாம் அழிவு தாங்க முடியவில்லை!

கல்லூரி வாழ்க்கை

அட்சயா

ஆறு பருவங்கள்

பல கனவுகள்

புதிய முகங்கள்

ரெக்கை விரித்து பறக்க துவங்கினோம்

கலை விழாவில் பங்கேற்று பலர் பின்வரிசையில்
கூச்சலிட்டு சிலர்

பிரிவுகள் சண்டைகள் அனுபவங்கள் என
பலவற்றை கற்றோம்

சுற்றுப் பயணம் மேற்கொண்டோம் ஆடிப்பாடி
மகிழ்ந்தோம் நினைவுகளை புகைப்படங்கள்
ஆக்கினோம்

மீண்டும் வர இயலாது இவ்விடத்திற்கு
இருப்பினும் நினைவுகள் என்றும் மனதில்

இன்று நாம் விடைபெற்று செல்கிறோம் மெல்ல
உயரத்தில் பறக்க.

கவியும் கவிஞனும்

மோனிகா சண்முகம்

கானகத்தே காத்திருந்து

சீற்றெழுந்த பேரருவியாய் - கவிஞன்

அகமனத்து மிளிர்ந்தெழுந்த

ஒளிமதியே கவிகளாய் - அதுநெஞ்சத்தே

நல்லுணரீனும் நற்கவிகளாம்

மொழிப்பயின்று மனங்கசிந்து

பிறமனமுருக்கும் கவிக்கோவும்

மொழிஞான மெஞ்ஞானம்

பெற்றதெங்கோ? உணர்வூட்டும்

உயரெழுத்தூன்றிப் படித்ததெங்கோ?

எத்தினமும் மலர்ந்துதிரும்

மனிதனெனும் பூக்குலம்

செய்திட்ட இறையே, நீ

அதிலரிதாய் உதிர்ந்திடும்

கவிஞனெனும் சிந்தனைப்பூ

செய்கையிலே உவகையிலோ?

மொழியில் மயங்கி உணர்ச்சிகளின்

உச்சிநுகர்ந்து அண்டத்தினுளழைந்த

முதற்காதலும், முதற்காதலனும்

கவியும், கவிஞனுமே.

கவியும் கவிஞனும்

சுபாஷினி

ஒருத் தாய்க்கும் சேய்க்கும் உள்ள உறவு
எவ்வளவுப் புனிதமானதோ - அவ்வண்ணமே
ஒருக் கவிதைக்கும் கவிஞனுக்கும் உள்ள உறவு
அவ்வளவு புனிதமானது...

ஒருத் தகப்பனுக்கும் தன் குடும்பத்திற்கும் உள்ள
ஒற்றுமை எவ்வளவு வலிமையானதோ -
அவ்வண்ணமே
ஒருக் கவிதைக்கும் கவிஞனுக்கும் உள்ள
ஒற்றுமை
அவ்வளவு வலிமையானது

ஒரு ஆசிரியருக்கும் மாணவர்களுக்கும் உள்ள
ஒருமனம்
எவ்வளவு முக்கியமானதோ - அவ்வண்ணமே
ஒருக் கவிதைக்கும் கவிஞனுக்கும் ஒருமனம்
அவ்வளவு முக்கியமானது...

நட்புக்குள் உள்ள சிநேகம்
எவ்வளவு உண்மையுள்ளதோ - அவ்வண்ணமே
ஒருக் கவிதைக்கும் கவிஞனுக்கும் உள்ள சிநேகம்
அவ்வளவு உண்மையுள்ளது..

இப்படி எல்லா உறவுகளுக்கும் பொதுவாகவும்,
எல்லா உணர்வுகளுக்கும் உயிராகவும்
இப்படி எல்லா உறவுகளையும் உணர்வுகளையும்
இணைத்து உயிர்ப்பிக்கும் ஆற்றல் தான் கவியும்
கவிஞனும்...

கிறுக்கல்

Dr. கயல்விழி துரை (குழலி)

அன்றொரு நாள் மதியழகு இரவினில்

தனிமையில் வீட்டின் நடு முற்றத்தில்

அகல் ஒளியின் சுடர் வெளிச்சத்தில்

கையில் எழுதுகோல் தாளுடன் நான்

தோன்றியது என் முதல் அக்கிறுக்கல்

நட்பெனும் நீர் ஓட்டத்தின் ஓடத்தில்

துடுப்பும் நன்கதை பேசியது உறவில்

பரிசலில் கடந்தேன் புதுக்கவி நான்

மீண்டும் கவண் கலை பயணத்தில்

குறிஞ்சியாய் கல்லூரி பத்திரிகையில்

பூத்தது கல்லூரியின் தலைப்பினில்

அனைவருக்கும் அறிமுகக் கவி நான்

அன்பெனும் மறு போட்டி தலைப்பில்

அன்னை காதல் தந்த வெற்றியில்

மீட்டேன் முதல் பரிசை அக்கவியால்

வெற்றி தந்த இன்ப களிப்பினில் நான்

கவிஞர் குழுவில் அறிமுகம் தோழியால்

கற்றேன் மேலும் சிலரின் படைப்பினில்

தொடர்ந்திடும் இனி தமிழ் மொழியால்

இப்பயணம் கவியால் மங்கை நானும்

கும்பகர்ணம்

மதி

பலமுறை யோசித்தது உண்டு.

படுத்தவுடன் உறங்கிவிட

எப்படி முடிகிறது சிலரால்.

அசதியா..வயோதிகமா.

கவலையற்றவர்களா, இல்லை

மணிக்கணக்காய் உறங்குபவர்களா..

காரணம் எதுவெனினும்

பொறாமை படவே செய்கிறது மனம்

கிடைத்ததில் நிறைவடையும் அவர்களிடம்

நேற்றின் வலியோ..நாளையின் பயமோ

துளியளவும் இல்லை

மெத்தப் படித்ததாய் யெண்ணி

மிணுக்கித் திரியும் நமக்கு - சிலசமயம்

பொட்டில் அறைந்தது போல்

சொல்லி விட்டுச் செல்கிறது

சிலரின் வாழ்க்கை.

சங்க கால காதல் செய்வோமடா

M.பிரியதர்ஷினி

சங்ககால காதல் செய்வோமடா.

கூகுளில் காதல்

வார்த்தைகளை தேடாமல்.

சங்ககால காதல் செய்வோமடா

அலைப்பேசி இல்லா

தோழி தூதுவளாக.

சங்ககால காதல் செய்வோமடா

கள்ளத்தனமாக

இரவைசிறைபிடிக்க..

காதலுக்கே கற்றுகொடுக்க வேண்டும்

காதல் என்றால்

என்னவென்று..

வா வா என் அழகனே

வாள் கூர்மையான

மீசைக்காரனே..

வற்றாத காதலை

அளிக்கும் காதலனே

வா சங்க காலத்திற்கு செல்வோம்

நீயும் நானும் நம்

காதல் பிரபஞ்சத்திற்கு.

சாதி

த. வே. அருள் மொழி பாரதி

உச்சரிப்பிலும்

தீயைக் கொண்டது

நடைமுறையில்

எப்படியையா சாத்தியமானது

இரு எழுத்துக்களினாலோ தான்

பிரிந்துவிட்டாரோ

இவன் மேலானவனென்றும்;

இவன் தாழ்ந்தவனென்றும்;

சாதிகள் இல்லையடி பாப்பா

என கற்றுப் பயில

எதற்கடா சாதி?

திறமை செய்யும் பணிக்கு

எதற்கடா சாதி?

இரு மனங்கள் இணைந்தப்பின்னும்

எதற்கடா சாதி?

சாதி என்பது சமூகமே தவிர;

நம் "அடையாளமல்ல"

"அரசன்" அன்று கொல்வான்;

"தெய்வம்" நின்று கொல்லும்;

சாதி என்னும் "தீ" என்றும் கொல்லும்.

தமிழ் எழுத்தின் பார்வை

லோகேஸ்வரி.K

மெல்ல நகர்கிறாய்.

மெல்லினமானவளாய்

தாகத்தை தணிக்கிறாய்.

உன் பல கரங்களால்

பூமியை குளிரச் செய்கிறாய்.

உன் பெருமிதத்தால்

என்னவென்று சொல்வது.

உன் தியாகத்தை.

தொடுதிரை

நதியா. R

அறிவியல் அன்னை ஈன்ற என் தொடுதிரை
மகளே;
கற்றது கையளவு கல்லாததோ உலகளவு அன்று,
கையிலே அடங்கிவிட்டது உலகு இன்று.
இசையின் மீது நான் கொண்ட காதல்,
அதனால் நம் இருவருக்கும் இடையில்
இல்லையே மோதல்.
இணையமே உந்தன் இதயம், இருபதாம்
நூற்றாண்டின் புதிய உதயம்.
அடிப்படை பொருட்கள் எல்லாம் செயலியானது,
அலைபேசியே எல்லோருக்கும் அவசியமானது.
தனிமையில் இருப்பவனுக்கு நல்ல துணையானது,
எண்ணற்ற புத்தகங்கள் அடங்கிய நூலகத்திற்கு
இணையானது.
தொலைதூர உறவை இணைக்கும் பாலமானது,
தாள்கள் அனைத்தும் தளங்களானது.
முறையாக பயன்படுத்தினால் தொழில்நுட்பமும்
தோழனாகும் இல்லையேல் காலனாகும்.

நான் யார்

V. உமாராணி முருகேசன்

என்னைத் தேட

தனிமை அணி

மீரும் உலகத்தில் தொலைந்தேன்.

கனவில் என் வசம்

கலை வந்தும்

நிஜத்தில் யார் நான்.

பருவம்

நடேஸ்வரன் மோகன்

பிறப்பென்னும் இறப்பென்னும்,

துருவங்கள் இடையே.

வாழ்க்கையின் பருவங்கள் பல.

அதில் செய்யும் பயணங்கள்.

அவை தரும் அனுபவங்கள்.

அறிவிப்பில்லா ஆச்சரியங்களும் பல

மழலையில் கண்ட மகிழ்ச்சியும்.

விடலையில் கண்ட விரக்தியும்.

முதுமையில் காணும் தனிமையும்.

கடந்திடும் ஓர் பருவமே.

நிலையற்ற வாழ்விது.

நினைவுகள் சேர்த்திடு.

கவலைகள் நீக்கிடு.

கனவுகள் நோக்கி இரு.

பருவங்கள் மாறி வரும்.

அப்பயணத்தில் பயணிக்க.

பக்குவங்கள் சேர்த்து நீ காத்திரு.

பெண்ணின் வலி

அன்பின் சகி (வசுந்தரா தேவி)

கம்பளிபுழுவாய் சுருண்டு கிடக்கும் உடலில்

கண்ணாடிசிதறல்களை கொண்டு கிழித்து,

முதுகுதண்டை பிளந்து மார்பபுகள் இழுத்து
பிடிக்கும் வலியில்,

பெண்ணுறுப்பில் உதிரம் திரவமாய் கொட்டும்

வேளையில் மனதில் தோன்றிடும் எண்ணம்,

விந்துவை கொல்லும் காண்டத்திற்கு மத்தியில்

பிறப்புக்கு அடித்தளமான இந்த வலியே யார்

உணர்வார்கள்.

பேசக் கூடாத விசயமல்ல மாதவிடாய்,
உணர்வுகளால் புரிந்துகொள்ள வேண்டிய வலி
இது.

மதலை

Dr .S. கௌசிக்

கருவாகிய நீ கருப்பையில் புதைந்தாய்

மண்ணில் புதையும் விதைகளைப் போல

இரத்த நாளங்கள் உன்னைச் சூழும்

நீரால் சூழும் விதைகளைப் போல

வளரத் தொடங்கினாய் தொப்புள் கொடியுடன்

செடிகளுக்கு வேர்கள் துணை நிற்பது போல

உருவம் பெற்றாய்

மரங்களின் கிளைகளைப் போல

நீயோ பிறந்தாய்

மலரும் பூக்களாய்

மனிதம்

நா. கார்த்திக் ராஜா

மனிதத்திற்கு மரணம் அவசியம்,

மரணத்திற்கு மதம் அவசியமா.

சுவாசிக்கும் காற்றில் மட்டுமல்ல,

புதைக்கின்ற மண்ணில் கூட மதம் தெரியவில்லை,

இல்லாத கல்லுக்கு மதம் சூட்டி மகிழ்வதைவிட,

அழகிய சொல்லுடன் மனிதம் போற்றி
வாழ்வோம்,

பிறப்பு எழுதி வைக்கப்படாத ஒன்று,

இறப்பு நிர்ணயிக்கப்பட்ட ஒன்று,

பச்சிளம்பிள்ளை முதல் பல் இழந்த முதியவர்
வரை,

சிரிப்பிலும் கண்ணீரிலும் மதம் தெரியவில்லை,

நம்மை தூக்கிச் செல்லும் மூங்கில் கூட,

என்ன மதம் எனப் பார்ப்பதில்லை,

இருள் சூழ்ந்த கருவறைக்கும், கல்லறைக்கும்

மட்டுமே தெரியும் மனித அமைதியின் அழகினை,

மதமாயினும் மனிதமாயினும் இறுதி
மண்ணினுள்ளே

அகோர மதம் விட்டு அழகிய மனிதம் மட்டுமே
போற்றுவோம்.

முளரிப் பூவழகே

ஸ்ரீதேவி கண்ணன்

கவியெழுதும் கவிஞனும் மொழி மறப்பான்

காதல் பார்வை நீ வீச..

கிழவனவன் கைத்தடியும் சிலம்பம் சுற்றும்,

கீதாரக் கிளி நீ பேச..

குண்டலகேசியும் வெட்கி தலை குனிவாள்

கூந்தல் கொண்டு நீ கூச..

கெஞ்சல் மொழிகளும் கெஞ்சிக் கேட்கும்

கேண்மை மொழியில் நீ ஏச..

கைவசம் கவியில்லையென கரைந்தேன்

கயலழகை பாட

கொற்றம் கொண்ட வீரனும் ரசிப்பான்

கோல சாயம் நீ பூச..

கௌரவத்திலாடிய மனமும் லயிக்கும் நீ

நளினத்தில் காதல் பரதமாட..

யதார்த்தம்

மோகன் பிரசாத் K S

நோக்கமில்லா சிந்தனையில் தோன்றியது,

நாம் யார்? இல்வாழ்வானது எதற்காக?

புகழ் தேடி அலைகிறோமே?ஏன்?

நீதி நேர்மை என்பது யாது?

வாழ்வின் நெறியை வகுத்தது யார்?

வகுத்ததால் அது நெறியானதோ

வறுக்கும் வறுமையோ செழிக்கும் செல்வமோ

கிறுக்கு மனமோ கீறிய மதியோ

கறிக்கும் களிப்போ துவர்க்கும் துன்பமோ

சிகர உச்சியோ பாதாள குழியோ

சரியோ தவறோ....நீ

எப்படி வாழ்ந்தாலும் முடிவாயின் ஒன்றே

உனக்கு, நீ அளிப்பதே நீதி நீ அளிப்பதே

நேர்மை

நீ அளிப்பதே மகிழ்ச்சி நீ அளிப்பதே புகழ்ச்சி

நீ அளிப்பதே நீயாவாய்

எவராயினும், இவ்வேடிக்கை வாழ்வு விறு
விறுப்பாகவே கடக்கும்

எதை நினைத்தும் நினைக்கத் தேவையில்லை.....

கண் திறந்து காணாது அமைதியாக...

அறிய முடியாததை அறிந்து கொள்.

அன்றாட வாழ்விற்கு மகிழ்வோடு செல்வாய்...

வாழ்த்துக்களுடன், உன் முன்னால் காதலி

அபிராமி சேகர்

ஒரு முகம் மறைந்ததும் மறு முகம் தெரிய
பழக்கப்படவில்லை என் மனம் - கண்ணாடிப்
போல.

கண்ணாடியும் கவி பேசிய காலங்கள் அன்று,
கண் நேரே உன் விழியை பார்த்தாலும் கவி
பேசா காலம் - இன்று.

ஏனிந்த பிரிவு, யோசித்து கலங்கியதென்னவோ
என் மனம்.

என்னை சற்றும் சிந்தனையில் வைக்காமல் சிறகு
கொண்டு பறக்கிறது உன் மனம்.

ஏங்கும் ஒரு நாள் உன் மனம் அதற்குள்
கல்லாகும் என் மனம்.

உடைந்த கண்ணாடியான நம் மனதை ஒட்ட
வைத்தால் பயன் யாதுமுண்டோ.

பிரிவும் சிறப்பே அடுத்தவரின் நலனிற்காக.

துறந்த நம் காதல் ஒளி வீசும் உன் சிறப்பில்.

வெற்றிக்கொள் உன் வாழ்வில் வாழ்த்துக்களுடன் நான்.

இப்படிக்கு,

உன் முன்னால் காதலி.

வறுமையின் தாக்கம்

கு. ரம்யா கலைவாணி

தெரு முனையில் தள்ளுவண்டிச் சத்தம்

சத்தம் தந்ததோ அளவில்லா மகிழ்ச்சி

மகிழ்ச்சி புத்துணர்வூட்டிட சட்டைப்பையில்

அவன் கை

கை வைத்துப் பார்த்ததில் சோர்வடைந்தது மனம்

மனம் கதறிட, அழைத்தது ஒரு குரல்

குரல் வந்த திசை நோக்கி அவன்

அவன் பார்வையைத் தாளாமல் குமுறலில் தாய்

தாய் உள்ளம் அறிந்தவனாய் கூடாரத்திலேயே

கால்கள்

கால்கள் ஏற்றதை ஏனோ மறுத்தது வயிறு

வயிறு கேட்டதற்கு நீரைக் கடன் தந்து

உறங்கினான்

அந்தக் குறவன்!

விசிறி

ச. ருபேஷ்குமார்

அன்று இளவேனில்

இளைப்பாற இசைந்த வேனில்..

களைப்பாற குடித்த

நீரும்.... தலைச்சுற்ற

தலைவைத்தேன்... தாய்மடியில்

அத்தருணம்....

கைவிசிறியின் காற்றில் கலந்த

வளையல் ஓசை மெல்ல உறங்க செய்தது
கண்களை..

இன்றோ?

சம்சாரம் மின்சாரமானதால்

ஐந்தில் ஓடியது

மின்விசிறி...

விசை பாடிய வசையின் காரணத்தால்

வேர் பிடித்து கிடக்கிறது

தினேஷ்பாபு பெருமாள்சாமி

சோதனைகள் பல கடந்து வந்த பின்பும்,

வேதனைகள் சில சந்தித்து வந்த பின்பும்,

சிரமங்களை வெகுவாக பார்த்து வந்த பின்பும்,

தோல்விகளை மிகுதியாக கண்டு வந்த பின்பும்,

என் மனதில் வேர் பிடித்து நிற்கின்றது,

எப்பொழுதும் நாம் நாமாக இருக்க

வேண்டும் என்ற ஆணித்தனமான எண்ணம்!

அவளுக்குள் நான்

கிப்ட்சி டோர்க்கஸ். எ

பல்லாயிரம் முறை உடைந்தாலும்,

முகத்தின் புன்னகையை மட்டும் கலைக்கவில்லை,

அவள்

என்கிற நான்.

கொரோனா காதல்

அ. சிவகுருநாதன்

ஊரடங்கு உத்தரவுக்கு உலகமே கட்டுப்பட்டு

நின்றாலும்...

உன் உதட்டின் உச்சரிப்புக்கே என் உள்ளம்

கட்டுப்படுகிறது...

நினைவுகள்

K.பாக்யலக்ஷ்மி

கரைந்து போன..

கானல் நீராய் காதலிருக்க..

உன் நினைவுகள் மட்டும் இன்னும்

மடைதிறந்த வெள்ளமாய் இருப்பது ஏனோ.

ஹைக்கூ காதல்

ப. பவித்ரா தேவி

வரக்காப்பிக்கு வழியில்லை.

அங்கங்கு சேமித்த சில்லறையெடுத்து

வாங்கினான்..

பூனைக்குப் பால்.

**

காதல் கனவுகளை..

கலைக்கும் வில்லன்..

காலைக் கடிகார அலாரம்..

**

அவன் எழுதித் தீர்த்த புத்தகமதை..

அவள் துடைத்து எறிந்தாள்..

கைக்குட்டைக் காதல்..

**

மரணிக்கவில்லை மனங்கள்..

மணக்கோலத்தில் காதல்..

அவன் கவிதையில்..

**

அப்பத்தா

ப. பவித்ரா தேவி

சுட சுட ஆவிப் பறக்க இட்லி வெந்து கொண்டிருந்தது. எப்படியோ போராடி இட்லியைத் தட்டுக்குத் தரையிறக்குவதற்குள் சூடு தாங்காமல் கையிலிருந்த இட்லித் தட்டைக் கீழே விட்டாள் தேனு.

"டம்மென்று" சத்தம் கேட்க, வெளியே துவைத்துக் கொண்டிருந்த பர்வதம் ஆத்திரமடைந்தாள்.

"ஏன்டி ஒரு வேலையக் கூட ஒழுங்கா செய்ய மாட்டியா? நீயெல்லாம் நாளைக்கு மாமியார் வீட்டுல எப்படித்தான் பொழப்புத்தனம் நடத்துவியோ?" என்று தாயென்ற கவலையில் பொறிந்து தள்ளினாள். காதில் விழுந்தும் விழாதவாறு;

எதுவுமே நடக்காதது போல் இட்லியை சன்மியூசிக்கில் ஓடிய மூன்று பாடல்களை ரசித்தவாறே விழுங்கிக் கொண்டிருந்தாள்.

உள்ளிருந்து வெளியே வந்த கருப்புநிறக் கண்ணன் அவள் அண்ணன் மண்டையில் குட்டியவாறு.. "ஏன்டி இவ்ளோ சவுண்ட் வச்சு சாங் கேக்கற காது கேக்கலியா" என கேலிக்கையாய் கண்டித்தவாறே சாவியுடன் தனது என்ஃபீல்டு காதலியைத் தழுவிச் சுற்றத் தயாரானான்.

அந்த நேரம் முறுக்கு மீசையுடன் கரகரப்பான குரலில் "என்னடா? எங்க கிளம்பிட்ட?" என்று கேட்டவாறு பிஸ்கட்டுகளை நாய்க்குட்டிக்கு போட்டுச் செல்லப்பிராணியின் தலையைத் தடவிக் கொண்டிருந்தார்.

"ஃபிரண்ஸ் கூட்டாங்கப்பா போய்ட்டு வந்தறேன், சம்மா என்னையே கேள்வி கேக்காம உள்ள உங்க மக இட்லியக் கருக்கிட்டு இருக்கா போய் அவள கேளுங்க" என்று போட்டுக் கொடுத்தவாறே என்ஃபீல்டை முறுக்கிச் சென்றான்.

"ஏம்மா பர்வதம்? உள்ள பாப்பா அப்படி என்னதான் பன்றா? நீயும் கூட மாட இருந்து சொல்லிக்குடுத்தா அவளும் சீக்கிறம் கத்துக்கவாள்ல!"

அடுத்த வார்த்தைக்கு இடங்கொடுக்காமல் சடசடவென சீறிப்பாய்ந்தவள்... "அவளுக்குக் கொஞ்சங்கூட பொறுப்பே இல்லங்க.. நீங்க இப்படி செல்லம் குடுக்கிறனாலதான் அவ இன்னும் கொழந்தையாவே இருக்கா.. நா சொல்றத நம்பலினா? உள்ள போய் அவ பன்னி வச்சிருக்க அக்கப்போர பாருங்க!"

இவையெல்லாம் பூனைக்கு பால் வைக்க வந்த தேனுவின் காதில் விழ.... அனைத்தையும் கேட்டுவிட்டாள். தேனு என்னதான் ஜாலியான பொண்ணுனாலும்.. இம்மாதிரியான குற்றச்சாட்டுகள் அவளை எறிச்சலூட்டின.

விறுக்கென்று உள்ளே சென்றவள் மடமடவென ஒரு போனி டேலைப் போட்டுக் கொண்டு.. "அப்பா.. இன்னிக்கு சனிக்கிழம தான, நான் போய் அப்பத்தாவ பாத்துட்டு நாளைக்கு வந்தரவா?" என்று தந்தையிடம் கெஞ்சியவள் தாயிடம் தன் பார்வையை வீசினாள். பர்வதத்திற்கும் தேனுவின் அப்த்தாவிற்கும் வீட்டுக்கு வீடு சாசப்படி போல; மாமியார் மருமகள் ஊடல் தான். ஆகையால் தேனு

அப்பத்தா வீட்டிற்குச் செல்வதை பர்வதம் முழு மனதுடன் அனுமதிக்கமாட்டாள்.

ஆனால் தேனுவின் தந்தையோ, "சரிம்மா பத்திரமா போய்ட்டுவா" என்று எதுவும் சொல்லாமல் தலையாட்டிட.. தனதுப் பார்வைக் கனலால் சுட்டெரித்தாள், பர்வதம்.

டவுன் பஸ்ஸை பிடித்து சன்னலோர இருக்கையைப் பற்றியவளுக்கு அளவில்லா மகிழ்ச்சி... அவள் வளர்ந்ததோ சிட்டியில். மாசு, புகை, இரைச்சல், ஆடம்பரம், போட்டி, பொறாமை என இருந்த அந்த வாழ்க்கைக்கு சற்று மாறுபட்டு பச்ச பசேலென்று நிலமகள் பச்சைப் போர்வை உடுத்தித் தென்றலுடன் பூத்துக் குழுங்கினாள். வத்தலக்குண்டிலிருந்து 22 கிலோமீட்டர்தான். பேருந்து நிறுத்தம் வர 5 நிமிடத்திற்கு முன் அப்பத்தாவிற்கு கால் செய்தவள்.. மறுமுனையில்... "அலோ! யாரு சாமி தேனா? நல்லார்க்கியா தங்கோ? நல்லார்கேன் அப்பத்தா.. இன்னும் 5 நிமிசத்துல இறங்கிருவேன்; அத சொல்லத்தான் கூப்டேன்.. சரி வைக்கிறேன்.

பேருந்துலிருந்து இறங்கியவளுக்கோ!

பேரதிர்ச்சி..! கண்களில் நீர் ததும்ப "அப்பத்தா!" என கட்டி அணைத்துக் கொண்டாள்.

65 வயதானவள் பேத்தியைப் பார்த்ததும் புள்ளி மானாய்த் துள்ளியாடி வேலை செய்வாள். கால் வலியால் சண்டி சண்டி நடக்கும் நடையும், முதுகுவலியால் முனுகும் பிதற்றலும் இருந்த இடமே தெரியாமல் காற்றில் காணாமல் போய்விடும்.

"சாமி வா வா? பாத்து எம்புட்டு நாளாச்சு? வீட்ல எல்லாரும் சௌக்கியம்மா? உம் உம் எல்லாரும் நல்லாத்தான் இருக்காங்க...பசிக்குது அப்பத்தா எதாச்சும் சாப்ட குடு" எனச் சலிப்பாய் நாற்காலியில் அமர்ந்தாள்.

சுடச்சுடப் பனியாரமும் இரு வகைச் சட்னியும் வந்து சேர்ந்தாயிற்று. "ஊட்டி விடு அப்பத்தா" எனக் காலை நீட்டிக்கொண்டு சினுங்கத் தென்னை மரங்களும் தென்றலோடு சேர்ந்து சினுங்கியது.

தேனு கல்லூரிக் கதைகளைச் சிரித்துக் கூற தோழியாய் ரசித்துக் கொண்டே போதும் போதுமென்று வயிறு நிறைய ஊட்டித் தினித்தாள்.

அங்குச் சென்றாலே தேனு மகுடமனியாத இளவரசிதான்.

அன்றிரவு கயிற்றுக் கட்டலில் தனது பாட்டிக் கையில் கதைக்கேட்டுக் கொண்டேக் குழந்தையாய் உறங்கிப்போனாள் தேனு..

காலை 9 மணி ஆகியும் தேனு கண்விழிக்கவில்லை.. "தேனு எந்திரிடாமா, டைம் ஆச்சு.... இரு அப்பத்தா இன்னுங் கொஞ்ச நேரம்" என்று போர்வையை இழுத்துப் போர்த்தி தூங்கினாள்.

"அப்பத்தாவா ஹே! லூசு.. நா ஆனந்த்.. உன் புருஷன்டி மண்டு.. என்ன கனவா?" என கிண்டலித்தவாறே மடிக்கணினியிடம் புன்னகைத்தான்.

விறுக்கென்று எழுந்தவளுக்கு ஒரு வருடத்திற்கு முன் இறைவனடி சேர்ந்த அப்பத்தா நினைவுக்கு வர நீர் ததும்பிய விழிகளைத் துடைத்தெழுந்து நடந்தாள்..

"ஏங்க எழுப்பிற்கலாம்ல.... குறுக்கிட்டவன்.. "டுடே சன்டே.. சோ! நானே குக் பன்னிட்டேன்.

இதுலென்ன இருக்கு..? நீ நீயா எப்பவும் போல ஜாலியா, ஜோவியலா இரு தேனு.. நோ வரீஸ்"

திருமணமாகி ஆறு மாதங்களைக் கடந்த நிலையில் தேனுவை நன்கு அறிந்து வைத்திருந்தான் அவன். ஃபிரஷ் ஆகி வந்தவளுக்கு மீண்டும் ஓர் பேரதிர்ச்சி...

தட்டில் அதேக் காரப்பனியாரமும் இருவகைச் சட்னியும். பிரமித்து நின்றவளை அமர்த்தி "ஏண்டிமா" எனக் கொஞ்சிய குரலில் காரப்பனியாரங்களை ஊட்டித் தினித்தான்.

அந்த நிமிடம் அன்புக் கனவன் வழியே அப்பத்தாவைக் கண்டாள் தேனு..

(இன்றும் அப்பத்தாக்களின் வஞ்சனையில்லா அன்பும் பாசமும் பசுமரத்தானியாய் நினைவில் வாழ்ந்து கொண்டுதான் இருக்கிறது).

- முற்றும் -

அனுபவம்

துமி

"யாசகம்"

யாசகம் கேட்கும் ஒருவனது கதை. யாசகம் பெறும் முன் அவனது மனநிலை, யாசகம் கேட்கும் பொழுது அவன் நிலை, அவன் படும் அவமானங்கள், ஒரு வேலை உணவிற்காக அலைந்து திரியும் அவன் நிலை என துல்லியமாக, யாசகம் கேட்கும் ஒருவன் நிலை பற்றி அந்த புத்தகம் பேசியது.

சுருண்டுக் கொண்ட நாவை வெளியில் இழுத்து, கண்ணீரை உள்ளே தள்ளி, எழாமல் இருந்த கையை வயிற்றை காரணம் காட்டி அவன் கை ஏந்தும் நிலையை அவன் பார்வையில் இருந்து காட்டியது இந்த நூல். கொண்டாட்டத்தின் உச்சங்களை தொட்டது.

இந்த கதையை எழுதியவனிடம் நீட்டப் பட்ட கேள்வி

"நீங்கள் இதற்கு முன் பிச்சை எடுத்த அனுபவம் உண்டா??"

சிரித்துக் கொண்டே நகர்ந்தான் அதை எழுதிய, மாடி மீது மாடி கட்டி எட்டுக்கு கோட்டை கட்டி ஆளும் அந்த கோமான்.

இரவு நிலவு

ஆனந்த லெட்சுமி

ஒரு நாள் இரவு, நிலா ஒளிர, சுமார் ஒன்பது மணிக்கு மேல், ஊரடங்கும் சமயம், மனசெல்லாம் பட படக்க, மூளை சட்டென வேலை நிறுத்தம் செய்ய, தான் அமர்ந்திருந்த நாற்காலியில் இருந்து திடுமென எழுந்தான் சக்ரவர்த்தி.

"டேய் சக்கரா! என்ன டா ஆச்சு?!" என்றான் அவனது நண்பன் கிஷோர்.

சக்ரவர்த்தி தன் கையில் இருந்த மடிக்கணினியை அருகில் இருக்கும் மேஜையின் மேல் வைத்துவிட்டு அவன் நின்றுக்கொண்டிருந்த நான்காவது மாடியின் பால்கனியில் இருந்து கீழே எட்டிப்பார்த்தான்.

அந்த இருள் சூழ்ந்த வெளிச்சத்தில் வெள்ளை பட்டை தீட்டியது போல மின்னிக்கொண்டிருந்தன மரத்தின் இலைகள். நிசப்தத்தை நிறுத்தி நித்திரையை கலைத்துக் கொண்டிருந்தது சில்வண்டுகளின் கூச்சல்.

இவற்றையெல்லாம் தாண்டி அவன் கண்கள் ஊடுருவியது என்னவோ அந்த சிறிய அடுக்கு மல்லி செடியைத்தான்.

தீக்ஷாவின் பிரிவிற்கு பிறகு அவனது ஒவ்வொரு இரவும் அவ்வாறுதான் கழிந்துக்கொண்டிருந்தது. ஆம்! அது தீக்ஷா நட்டுச்சென்ற செடிதான்.

தன் வாழ்வில் தொடர்ந்து தோல்விகளையும் வேதனைகளையும் மட்டுமே சந்தித்து வந்த சக்ரவர்த்திக்கு தீக்ஷாவின் அறிமுகம் புது விடியலை தேடித் தந்திருந்தது.

சக்ரவர்த்தி பெயரில் மட்டும் அல்ல, தான் கொண்ட செல்வத்திலும் சக்ரவர்த்தியே! திருப்பூர் மாவட்டத்தில் இருக்கும் மொத்த பனியன் கம்பெனிகளில் முக்கால்வாசி சக்ரவர்த்தியின் அப்பா பாண்டுரங்கனுடையதுதான். தாய் கோகிலா வீட்டிற்கு ஒரே மகனாய் பெற்றுத்தந்த செல்வந்தனிற்கு சக்ரவர்த்தி என பெயரிட்டு அழகு பார்த்தனர் அவனது தாத்தாவும் பாட்டியும்.

செல்வாக்கு நிறைந்த கௌரவமான குடும்பம் என ஊரில் அனைவரிடத்திலும் நன்மதிப்பை பெற்றிருந்து அவர்களது குடும்பம்.

தொழிலுக்கு உழைக்கும் உழைப்பைக் காட்டிலும் கௌரவத்திற்காய் அதிகம் உழைப்பான் மானஸ்தன் பாண்டுரங்கன்.

தங்கள் தகுதிக்கு ஏற்றாற்போல தன் ஒரே மகனை ஆடம்பரமாய் வளர்த்தவர் அன்பாய் வளர்க்க மறந்துவிட்டார் போலும். அவர் பேசும் பேச்சுகளிலும் எடுக்கும் தீர்மானங்களிலும் முன்னுரிமை பெற்றிருப்பது அந்தஸ்து, கௌரவம் இதுமட்டுமே.

இதற்கு பெரிதும் பலியானது நம் சக்ரவர்த்தியின் கனவுகள். பிறந்ததில் இருந்து பள்ளி, கல்லூரி, தொழில் என அவன் எதை செய்ய வேண்டும் எதை செய்ய கூடாது என பாண்டுரங்கன் தான் தீர்மானிப்பார். அவ்வாறு அவரது உத்தரவுக்கு மறுப்பு சொல்ல இயலமால் சென்னையில் சக்ரா க்ரூப் ஆஃப் கம்பெனியை நடத்தி வந்த சக்ரவர்த்திக்கு அந்த கம்பெனியின் விளம்பர மாடலாய் அறிமுகமானவள் தான் தீக்ஷா.

தொழில்சார் நட்பை தாண்டி அவர்கள் இருவருக்குள்ளும் மலர்ந்த காதலில் தன் இன்னல்கள் மறந்து இன்பமாய் வாழ்ந்துக்

கொண்டிருந்தான் சக்ரவர்த்தி. பெற்றோரும் மற்றோரும் தன்னை பற்றி புரிந்துக்கொள்ளாமல் இருப்பதை எண்ணி வருந்தியவனை தேற்றுவதற்கென்று பிறப்பெடுத்தாற்போல கன்னியவள் வாழ்க்கை பயணத்தில் அவனை கைப்பிடித்து செவ்வென அழைத்துச் சென்றாள்.

தங்கள் தொழிலை விரிவுப்படுத்த சொந்த ஊரான திருப்பூரில் இருந்து சென்னை வசம் தன் வாழ்க்கையை ஒப்படைத்தவன் தன் கம்பெனிக்கு அருகில் இருக்கும் ஒரு அப்பார்ட்மென்ட்-ல் நான்காம் தளத்தி ஒரு ஃப்ளாட்-டை வாங்கியிருந்தான். அவனக்கு நெருங்கிய நண்பனான கிஷோரும் அவனோடு அங்குதான் தங்கியிருந்தான். தீக்ஷாவுடனான பழக்கத்திற்கு பிறகு அடிக்கடி கிஷோரை கம்பெனிக்கு அனுப்பிவிட்டு அவளை தன் ஃப்ளாட்டிற்கு அழைத்து வருவதும், ஊர் சுற்றுவதும் என இருந்தவனை கவலையில் மூழ்கடித்தது தீக்ஷாவின் கல்யாண ஏற்பாடு.

தங்கள் காதல் விவகாரம் வீட்டிற்கு தெரியவர, பெண்ணிற்கு அவசர கல்யாண ஏற்பாடு

செய்து குடும்பத்தோடு மும்பை சென்றுவிட்டனர் தீக்ஷாவின் குடும்பத்தினர்.

கடைசியாக அவள் ஃப்ளாட்டிற்கு வந்திருக்கும்பொழுது செக்யூரிட்டியின் உதவியோடு அந்த கம்பவுண்ட் ஓரமாக, சக்ரவர்த்தி ஃப்ளாட்டின் பால்கனியில் நின்று பார்த்தால் தெரியும் இடமாக பார்த்து அடுக்கு மல்லி செடி ஒன்றை நட்டுவைத்தவள் "இதுல பூக்கற பூ எப்படி அடுக்கடுக்கா நிறைவா இருக்கோ அது போல உன் வாழ்க்கையில ஒவ்வொரு விஷயத்திலும் அடுக்கடுக்கான சந்தோஷங்கள் உன்ன தேடி வந்துட்டே இருக்கும்" என்று கூறியனாள்.

அப்போது யார் கண் பட்டதோ தெரியவில்லை. அன்றே தன் வாழ்வின் ஒட்டுமொத்த சந்தோஷத்தையும் தொலைத்திருந்தான் சக்ரவர்த்தி. இன்றோடு அவளை பிரிந்து சரியாக ஐந்து வருடங்கள் ஆகிறது.

பனிவிழும் இரவுகளில் ரம்மியமான தென்றல் அவனை தீண்டும் வேளைகளில்

சக்ரவர்த்திக்கு எங்கிருந்தாவது வந்துவிடுகிறது தீக்ஷாவின் நினைவு.

கடந்த காலத்தில் நடந்தவற்றை எல்லாம் தன் மனதில் அசைப்போட்டவாறு அந்த பால்கனியில் நின்றுக்கொண்டு அடுக்கு மல்லி செடியையே பார்த்துக்கொண்டிருந்தவனை பின்னே இருந்து தோளை தொட்டு அழைத்தான் கிஷோர்.

"மச்சான்! தீக்ஷாவ பத்தி யோசிக்கிறயா டா?!"

"டேய் கிஷோர். இப்ப ஒரு பூ விரிஞ்சிருக்கு பாரு! அப்படீன்னா என் தீக்ஷா வருவா டா"

"மச்சான் ப்ளீஸ். கூல் டவுண்"

"டேய்! நான் சொன்னேன்-ல. தீக்ஷா வந்துட்டா பாரு" என வேகமாக இறங்கி அடுக்கு மல்லியிடம் சென்றவன்.

"தீக்ஷா வந்துட்டியா" என்றான்.

"அதான் பூ பூத்துருச்சே! எப்படி உன்ன பார்க்க வராம இருப்பேன்?" என புன்னகைத்தாள் நங்கை அவள்.

காதலை பிரிந்ததால் ஐந்து வருடம் முன் தன் உயிரை மாய்த்துக் கொண்டவள், தன்னவனை காத்திட ஒவ்வொரு புதிய அடுக்கு மல்லிக்கும் தங்கள் சந்திப்பை பூக்கச்செய்வாள் இரவு நிலவின் சாட்சியோடு.

காலம் முடியலாம்; அவர்கள் காதல் ?

காலேஜ் காதல்

C. திவ்யா

சென்னையில் பிரசித்திப்பெற்ற லயோலா காலேஜில் தன் ஸ்கூட்டி பெப்பை பார்க்கிங்கில் நிறுத்தி தன் ஹெல்மெட்டை கழட்டி வண்டியுடன் லாக் செய்தாள் சஞ்சனா . தன் இரண்டாம் வருட B.Com வகுப்பறையை நாடிச் சென்றால். அங்கு தன் தோழிகள் இருப்பதை பார்த்து அவர்களோடு கதை அடிக்க உட்கார்ந்தாள். அப்பொழுது நண்பர்களுள் ஒருத்தியான கீர்த்தி தான் ஒரு பையனை விரும்புவதாக சொல்கிறாள். அதற்கு நண்பர்கள் ஓ என்று கூக்குரல் இடுகிறார்கள். அவன் யார் என்று கேட்டதற்கு 'M.B.A படிக்கும் கணேஷ் என்கிறாள். அதற்கு நண்பர்களும் வாழ்த்து சொல்கிறார்கள்.

கணேஷ் வீட்டின் தலைப்பிள்ளை. தன் ஏழ்மை நிலையிலும் நன்றாகப் படித்து ஸ்காலர்ஷிப் மாணவனாக இங்கு படித்து வருகிறான். ஒரு முறை லைப்ரரியில் ஏதோ

புத்தகம் வேண்டும் என்று தேடும்பொழுது கீர்த்தி மேல் மோதி விட்டான். கீர்த்தி யுடைய புத்தகங்கள் கீழே விழுந்து விட்டன. அதை எடுக்க கீழே குனியும் பொழுது இருவருடைய தலையும் முட்டிக் கொள்கின்றன. பின் சாரி கேட்டு அவன் சென்று விடுகிறான். ஆனால் கீர்த்தி அவனையே பார்த்துக் கொண்டு நிற்கிறாள். கணேஷ் பார்ப்பதற்கு சினிமா ஸ்டார் போல இருப்பான்.

ஒரு நாள் கீர்த்தி கணேஷிடம் ஐ லவ் யூ என்று கூறுகிறாள். அதற்கு கணேஷ் என்னைப் பற்றி உங்களுக்கு என்ன தெரியும் காதல் சொல்கிறாய். இப்பொழுது நான் காதல் பற்றி சிந்திக்கும் நிலையில் இல்லை. வாழ்க்கையில் நன்றாக முன்னேற வேண்டும் என்பதே என் குறிக்கோள். அதற்கு கீர்த்தி நான் காத்திருக்கிறேன் என்கிறாள். இல்லை நீ உன் படிப்பை முதல் பார். ஐந்து வருடம் கழித்தும் என் மேல் விருப்பம் இருந்தால் அப்பொழுது வந்து சொல் உன் வீட்டாருடன் பேசுகிறேன். இப்பொழுது டிஸ்டர்ப் செய்யாதே என்று சென்றுவிடுகிறான்.

காலேஜ் முடிந்து 2 வருடங்கள் கழித்த கீர்த்தி வீட்டில் தன் பெற்றோர் பார்த்த வரனை மணக்க சம்மதிக்கிறாள். அதற்கு வந்த சஞ்சனா அண்ட் ஃப்ரெண்ட்ஸ் கீர்த்தி ரூமில் என்ன மேடம் காலேஜ் படிக்கும்போது சீனியர் கணேஷ் மேல காதல் சொன்னீங்க காத்திருக்கத்தான் சொன்னீங்க இப்போ என்ன வீட்டு பார்க்கிற மாப்பிள்ளையை கட்டிக்கிறேன்னு சொல்லி இருக்கீங்க. அதற்கு கீர்த்தி காலேஜ் படிக்கும்போது நம்ம எல்லாருக்கும் ஒருவரிடம் விருப்பம் இருக்கும்.

அப்பொழுது நம் வயதும் சரி முடிவு எடுக்கும் திறனும் சரியாக இருக்காது. ஆனால் அதை காதல் என்று முடிவு எடுக்கிறோம். படிப்பை கோட்டைவிட்டு வீட்டைவிட்டு சென்று அவனோடு வாழவேண்டும் என்று கூறி விடுகிறோம். ஆனால் அது இல்லையென்று வாழ்க்கை வாழும்போது புரிந்து சண்டையிட்டு பிரிந்து செல்கின்றோம். அப்படி இல்லாமல் காலேஜ் முடிந்துவிட்ட கொஞ்சம் மெச்சூரிட்டியான முடிவு சரியாக இருக்கும் என்று புரிந்து

கொண்டேன்' அதான் அப்பாவிடம் ஓகே சொல்லிவிட்டேன்.

அதற்கு சஞ்சனா 'அப்போ காலேஜ் லவ் எல்லாம் தப்புன்னு சொல்றியா நீ'.

"இல்லை ஆனால் அந்த வயதில் சரியான முடிவு எடுக்கத் தெரியாது என்று சொல்கிறேன்".

"லவ் பண்ணாலும் காலேஜ் முடிஞ்ச அப்புறம் ஜாப் பார்த்துட்டு செட்டில் ஆயிட்டு பேரன்ட்ஸ் பர்மிஷன் ஓட வாழ்க்கையில ஒன்றுசேர்ந்தா.. அதான் காலேஜ் லவ்வுக்கு வெற்றி," அப்படின்னு நான் நம்பறேன்.

குறுங்கதை

ஜான்சி

அவரைப் பார்த்ததும் மனதிற்குள்ளாக
"மிஸ் யூ"
தப்பு தப்பு தமிழில்

"உங்களை எவ்வளவு தேடினேன்
தெரியுமா?" எனச் சொல்லிக் கொண்டேன்.

என் மனதின் மொழி அறிந்தவர் போலத்
திரும்பிப் பார்த்தார்.

லாக்டவுன் காரணமாக வெகு நாளாக
வீட்டிற்கு வராமல் இருந்த வீட்டு வேலைகளில்
உதவும் அந்த அக்கா.

"அக்கா நல்லாயிருக்கீங்களா?"

"நல்லா இருக்கேன் மா," புன்னகைத்தார்.

தாய்மை என்பது யாதெனில்

ப்ரஷா

இறைவனின் மெல்லிய நூதன படைப்பு பெண்... அந்தப் பெண்ணுக்குள் இறைவன் தந்தது அன்பை. அந்த அன்பு என்பது யாதெனில் வெல்லமுடியாத தாய்மை...

அந்த பிரம்மன் தவமிருந்து செய்த உயிருள்ள பெண் சிலையின் பெயர் மீரா. இவள் அந்த கார் வண்ணனுக்காக தவமிருந்து மீரா அல்ல காதலன் கண்ணனை கரம்பிடித்த மீரா. அவள் மனம் கவர் மணாளனான கண்ணனின் காதல் கனி.

காதலியாக ஏழு வருடம், நல் தாம்பத்தியம் கொண்டு காதல் மனைவியாக ஏழு வருடம் என ஈரேழு வருடங்கள் அன்பு கொண்ட இல்வாழ்வில் ஈருயிர் ஓர் உயிராக வாழும் அவள் கணவனின் ஆத்மா, அவளவனுக்கு மனைவி, காதலி,மகள் என பல அவதாரம். உற்றமும் சுற்றமும் இவர்களை துறந்தது ஆனால் இன்றுவரை இவள் பிறந்த வீட்டுக்கு நல் மகள் புகுந்த வீட்டுக்கு

இவள் நல்ல மருமகள். ஆனால் சமூகம் இவளுக்கு கொடுத்து பெயர் மலடி...

"ஆ...ஆ..." என்ற அழுகுரலை தொடர்ந்து.

"என்னங்க இங்க கொஞ்சம் வாங்களேன் குட்டி அழுகிறான் பாருங்க. எவ்வளவு நேரமா அழுகிறான். நான் பெரியவனை பார்ப்பதா சின்னவனை பார்ப்பதா. அங்க என்ன பண்ணிக்கொண்டு இருக்கிறீர்கள்..." என்று கையிலிருக்கும் குட்டியின் தலையைத் தடவிக் கொடுத்தவள்.

"தொட்டிலில் அழுகிறவனையாவது நீங்கள் பார்க்கலாமே..."

"இதோ வரேண்டி குட்டிக்கு தான் பால் கலக்கிக் கொண்டிருக்கிறேன்..." என்றான் அந்த அன்பு கணவன். பின் தன் பிள்ளைகளுக்கான பாலை அவரவர் இடத்தில் வைத்துவிட்டு மனைவி அருகே வந்தவன் அவள் தாய்மையில் பூரித்த முகத்தை காதல் பெருக பார்த்துவிட்டு நெற்றியில் பூத்த வியர்வையை துடைத்து முத்தமிட்டான்...

சமூகம் தன்னைவளுக்கு பெயர் சூட்டலாம் ஆனால் அவன் அவளுக்குச் சூட்டிய பெயர் காதல். அவளோ அவனுக்கு சூட்டிய பெயர் தாய்மை காரணம் அவள் கண்டது அவள் நேசிக்கும் ஆண் மகனுக்குள் இருக்கும் எல்லையில்லா தாய்மையை...

பூக்காத வறண்ட கர்ப்பப்பையை கொண்டதல்ல மலட்டுத்தன்மை அன்பின் திரண்டிருக்காத வறண்ட நெஞ்சத்தை கொண்டதே மலட்டுத்தன்மை.அந்த நேரம் அவள் கையிலிருந்த மீராவின் கடைக்குட்டி...

"மியாவ்... மியாவ்..." என்று தன் இருப்பை உணர்த்தியது. அவளுடைய கடைக்குட்டி தான். ஆம் அவள் ஐந்தறிவில் தத்தெடுத்தாள் மூன்று உயிரை ஆறறிவில் தத்தெடுத்தாள் ஆண் ஒன்று பெண் ஒன்றாக இரண்டு உயிரை மொத்தத்தில் மீரா ஐவருக்கு தாய்...

தன் குறையை அன்பால் துறந்த தன்னைவனை காதலோடு பார்த்து அவன் நெஞ்சத்தில் சாய்ந்து கொண்டாள் மீரா... தன்

நெஞ்சத்தை மஞ்சமாக்கிவளை தன்னோடு அணைத்துக் கொண்ட கண்ணனோ...

"கண்ணம்மா இந்த ஜென்மத்தில் மட்டுமல்ல எந்த ஜென்மத்திலும் நீ என் மனைவியாக வேண்டும். இந்த கண்ணனுக்கேற்ற மீரா நீதான். நீ கர்ப்பத்தில் என் உயிரை சுமந்து இருந்தாலும் இத்தனை ஆனந்தமாய் இருக்க மாட்டேன் காரணம் நீ இப்போதோ எல்லை இல்லா அன்பால் என்னையும் சேர்த்தே இந்த ஐந்தோடு சுமக்கிறாய் இதைவிட உயர்ந்த தாய்மை எது பெண்ணே..." என்றவன் அவள் நெற்றியில் மீண்டும் மென் முத்தம் பதித்து தன்னோடு அணைத்துக்கொண்டான்...

தாய் என்பது யாதெனில்...

தன் காதலையோ, கணவனையோ மட்டுமே ஆதாரமாய் கொண்டு தன் கர்ப்பப்பையை கருவறையாய் மாற்றி ஆயிரம் பிள்ளைகளை சுமப்பவள் மட்டுமல்ல தாய். அப்படி சுமப்பவர்களுக்குள் இருப்பது மட்டுமே முழுமையான தாய்மையும் அல்ல.

தாய்மை என்பது எதிர்பார்ப்பில்லாத அப்பழுக்கற்ற அன்போடு ஒரு சிறு மலரையும் அன்பால் நுகர்ந்து, உச்சி முகர்பவள் தான் தாய். அந்த மலரையும் உயிரேன கருதி அன்போடு கையாண்டு, அவள் நோக்கும் பார்வையில் வழியும் எல்லையில்லா நேசத்தை விட உயர்ந்த தாய்மை எங்குண்டு...

ஆணின் தாய்மையும் பெண்ணின் தாய்மையும் ஒன்றே... காரணம் அதன் வெளிப்பாடு அன்பு மட்டுமே...

தாய்மை என்பது யாதெனில் தூய அன்பு
ஒன்றே

நெருஞ்சி முள் - 'மை' பரிசு!

சரண்யா ராஜ்

(மை- இருள்.)

வாழ்க்கை தனக்கு இத்தனை சூனியங்களை வாரியிறைக்கப் போகிறது, என்று முன்னமே மீராவிற்கு தெரிந்திருந்தால், அவள் நிச்சயமாக இந்த திருமணத்திற்கு சம்மதித்தே இருக்க மாட்டாள். கஷ்டங்கள் தன்னை கட்டியணைக்க காத்திருக்கிறது, என்று முன்னமே கணித்திருந்தால், அவள் அந்த திருமண மேடையில் ஏறியே இருக்கமாட்டாள். திருமணம் எனும் பந்தத்தில் இணைந்தும் இருக்கமாட்டாள்.

வாழ்க்கை திடிரென்று தனக்கு இத்தனை சூனியங்களை வாரியிறைக்குமென மீராவிற்கு மட்டுமல்ல....உங்களுக்கும் எனக்கும் கூட தெரிந்திருக்க வாய்ப்பில்லை. நிச்சயமாக சொல்கிறேன், மீராவை சந்திப்பதற்கு முன்பு வரை, ஒருவரது வாழ்வில் இப்படியெல்லாம் நடக்குமா? என்று கேட்டால், சத்தியமாக சொல்கிறேன். சத்தமாக சிரித்திருப்பேன். ஆனால், மீராவின் பேச்சுகளைக் கேட்டப் பிறகு, என் எண்ணங்கள் அப்படியே மாறிப்போனது. இப்பொழுதெல்லாம் அவளை நினைத்தாலே, அவளின் சத்தமற்ற கதறல்களும், மன வெம்பலும், பாசத்துடன் அவளை கலந்து

ஏமாற்றிய நிகழ்வும் தான் நெஞ்சத்தை ஆக்கிரமித்து, காதின் செவிப்பறையில் கொக்கரிக்கிறது.அவளின் கதையை கேட்கப்போகும் உங்களுக்கு மட்டுமல்ல, அவளின் பெற்றோரும், உடன் பிறந்தவனும் தான் திகைந்து நின்றான், அவளுக்கு நேர்ந்த நியாயமற்ற கொடுமையைப்பார்த்து.ஆசை மகளின் திருமணத்தை தன் கண்குளிர பார்த்துவிட வேண்டும்? என்ற நப்பாசையில் பார்த்து பார்த்து அவசரமாக செய்து வைத்த திருமணம், கழுத்தில் போட்ட மாலை முழுவதும் காய்ந்து முடிவதற்குள், மகள் கழுத்தில் கட்டிய மஞ்சள் கயிறை கழற்ற வேண்டும் என்று வந்து நிற்கும்போது எந்த பெற்றோருக்கு தான் மனம் பதைக்காது.

அப்படியென்ன? திருமணத்திற்கு அவசரம் ..என்று நீங்கள் கேட்பது, எனக்கு நன்றாகவே கேட்கிறது.காரணமில்லாமல் இல்லை... மறுக்க முடியாத காரணம் ஒன்று இருக்கிறது.எல்லோரையும் எளிதில் திடீரென நண்பனாக்கிக் கொள்ளும் அப்பாவின் மாரடைப்பு பிரச்சனை தான் அது.

எத்தனையோ முறை தனக்கு திருமணம் வேண்டாமென மறுத்த, மீராவிற்கு கட்டாயமாக மணமுடித்து, ஒருவழியாக அதை ஏற்று, வாழ துணியும்போது அது தனக்கு ''சொந்தமில்லை' என்றாகும்போது, எவ்வளவு பெரிய பலசாலி ஆனாலும், நிச்சயம் அந்த 'தீ' சுட்டெரித்து

வடுவாக்கிவிடும்.பிரியாவிற்கும் இன்று அப்படித்தான், அவள் விருப்பப்படி வாழ முடியாத அவளது வாழ்க்கை, யாருக்காகவோ வாழ்ந்துமுடிந்து, இன்று கேட்பாரின்றி மூலையில் கிடக்கிறது.

மீராவை மீட்டெடுக்க நான் மட்டுமல்ல, உங்களது உதவியும் நிச்சயம் தேவை.உங்கள் வார்த்தைகள் மூலமாக மீராவிடம் பேசிவிடுங்கள்.அந்த ஆறாத வடுவிற்கு உங்களது வார்த்தைகள் மயிலிறகால் வருடியது போலாகட்டும்.

கடந்த பத்து வருட அனுபவங்களில் எனக்கு நினைவு தெரிந்த அனுபவங்கள், எத்தனையோ இருந்தாலும் ஒன்றை மட்டும் மிக ஆழமாகவும், தெளிவாகவும் சொல்லிக்கொள்ள விரும்புகிறேன்.

"மீரா" - வை ஒரு இரண்டு வருடங்களுக்கு முன்பு கல்லூரியில் தான் முதலில் சந்தித்தேன். (பெரியவர் தான், மூன்று வருடங்கள், இருந்தாலும் ஒருமையில் அழைப்பதை தான் அன்பா நான் நினைக்கிறேன்.ஏனோ, அதில் சொல்லிக்கொள்ள முடியாத ஒரு நெருக்கம் இருக்கும்...அதனால் தான்)

ஆர்ப்பாட்டம் இல்லாத அமைதியான பேரழகு.இதழ் ததும்பும் மெல்லிய புன்னகை, எப்பொழுதும் முகத்தில் ஒன்றியே இருக்கும்.

பார்த்தவுடன் கவர்ந்துவிடும், புறப் பேரழகு என்றெல்லாம் சொல்ல மாட்டேன்.ஆனால், 100% அகப்பேரழகு உங்களை கவர்ந்துவிடும், என்பதற்கு நான் உறுதியளிக்கிறேன். சாந்தமான முகத்தோற்றம், யாருடமும் அவ்வளவு எளிதில் நெருக்கமில்லை, அப்படி நெருக்கமானவர்கள் எளிதில் விட்டுச் செல்வதுமில்லை.காரணம், அன்புடன் கூடிய அணுகுமுறை தான்.

(என்னடா, கதைக்கு போகமா இன்னும் மீராவை வர்ணிச்சிட்டு இருக்காளே, ன்னு நீங்க நினைக்கலாம்.மீராவை பத்தி தெரியாம அவ மனச நீங்க எப்படி புரிஞ்சுக்க முடியும்! அது மட்டுமில்லாமல், அந்த பிரச்சனைகளுக்கான தீர்வையே நீங்க தானே, சொல்லப் போறீங்க! அதுக்காகத் தான்.)

இன்னும் சொல்லப்போனால், மீராவை நான் அதிக முறை சந்தித்தோ, இல்லை நேரம் ஒதுக்கி உரையாடியதோ கிடையாது. சரியாக சொல்ல வேண்டுமென்றால், அவளை ஒரு நான்கைந்து முறை சந்தித்து பேசியிருப்பேன்.அதுவும், அவள் முதுகலை படித்துக் கொண்டிருந்த துறையில், எனக்குப் பிடித்த பேராசிரியை ஒருவர் இருந்ததால், மீராவை சந்திக்க எனக்கு அந்த காரணம் போதுமானதாக இருந்தது.

படித்து முடித்ததும், கல்லூரியிலிருந்து சென்று விட்டாள்..சென்றதும், திடீரென்று, அவசர அவசரமாக வீட்டில் பார்த்த மாப்பிள்ளையை கட்டாயப்படுத்தி, திருமணம் செய்துவைத்தனர்.

ஒரு மூன்று மாதம், முழுமையாக முடிவடைய இருந்த நிலையில் மகள் வீட்டிற்கு வருகை தரவும், பெற்றோர்கள் விசேஷம் என நினைத்து, உள்ளுக்குள் பூரித்துப் போக, அவள் சொன்ன விசயமும் விஷேசம் தான். என்னவாக இருக்கும் என்று அதிக நேரம் நீங்கள் யோசிக்க வேண்டிய அவசியமில்லை, நானே சொல்கிறேன்." டிவோர்ஸ்"....

மகளுக்கு ஏதும் பித்து பிடித்து விட்டதோ, என பெற்றோர் நினைக்க, பிடித்தது என்னவோ..." மருமகனுக்கு" ஆம்! அவன் சொன்ன காரணங்கள், இதோ உங்கள் பார்வைக்கு, உங்கள் மகளுக்கு PCOD (POLYCYSTIC OVARY SYNDROME) சினைப்பை நீர்க்கட்டி பிரச்சனை இருக்கிறது, அதனால் அவளால் குழந்தை பெற்றுக்கொள்ள இயலாது, என்று கூறி சட்டப்பூர்வமான விவகாரத்துக்கு வழக்கு போட்டுவிட்டான். உங்களில் சிலருக்கு இந்த பிரச்சனையைப் பற்றி தெரிந்திருக்க வாய்ப்புள்ளது, இருந்தாலும் என் பங்குக்கு நான் பேசிவிடுவது? நல்லது தானே? (பெண்கள் குறிப்பாக இளம்பெண்கள் இன்று சந்திக்கும் பிரச்சனைகளில் முக்கியமானது பாலி சிஸ்டிக் ஓவரி சிண்ட்ரோம்.

சினைப்பையில் நீர்கட்டிகள். எல்லா வயதிலும் வரும் என்றாலும் இளம்பெண்கள் இந்த பிரச்சனையை சந்தித்தால் உடனடியாக சிகிச்சை எடுத்துகொள்வது நல்லது. இதற்கு என்ன காரணம்? எதனால் வருகிறது? என்று பார்க்கலாம்.பாலிசிஸ்டிக் ஓவரி சிண்ட்ரோம் பெண்கள் பருவமடையத்தொடங்கும் போது உடலில் ஹார்மோன்கள் சுரக்கும்.இவை தேவையான அளவுக்கு சுரக்க வேண்டும். இந்த நிலை வேறுபடும் போது பல பிரச்சனைகளை சந்திக்கிறார்கள். குறிப்பாக கருப்பை சம்பந்த பட்ட பிரச்சனைகள். இன்று அதிக பெண்கள் இளவயதில் பூப்படைந்த வுடன் இந்தப் பிரச்சனைக்கு உள்ளாவது அதிகரித்துவருகிறது. ஹார்மோன் குறைபாட்டில் உண்டாகும் முக்கிய குறைபாடு பி.சி.ஓ.டி பாலிசிஸ்டிக் ஓவரி சிண்ட் ரோம். அதாவது பெண்கள் கர்ப்பப்பையில் உருவாகும் சிறு சிறுகட்டிகள் தான் சினைப் பையில் நீர்கட்டி..

எந்த வயதிலும் இந்த பிரச்சனைவரலாம் என்றாலும் அதிக அளவு இளம்பெண்கள் பாதிக்கப்படுகிறார்கள் என்பது குறிப்பிடத்தக்கது. சினைப்பை நீர்கட்டி "கட்டிகள்" அல்ல சினைப்பை கட்டிகள் என்றதும் அது "கருப்பை கட்டிகள் "என்று முடிவு செய்துகொள்ளும் பெண்கள் உண்டு. ஆனால் இது கட்டிகள் இல்லை. ஹார்மோன் குறைபாடு தான். பூப்படைந்த பெண்களின் உடலில் இரண்டுவகையான ஹார்மோன்கள் சுரக்கும்.

ஒன்று ஈஸ்ட்ரோஜன், மற்றொன்று புரோ ஜெஸ்டிரான். இதில் மற்றுமொரு ஹார்மோனும் உண்டு.

அது ஆண்ட்ரஜன் ஹார்மோன். இது ஆண்களுக்கு அதிகம் சுரக்கும்.பெண்களுக்கு இவை குறைந்த அளவில் இருக்கும். ஹார்மோன் குறைபாட்டை சந்திக்கும் போது பெண்களுக்கு இந்த ஹார்மோன் அளவுக்கு அதிகமாகி விட்டால்தான் முகத்தில் முடிகள் அதிகமாக தென்படும். பொதுவான அறிகுறிஒவ்வொரு பெண்ணுக்கும் ஒவ்வொரு விதமான அறிகுறி இருக்கும். உடல் பருமனாக இருந்தால் தான் இந்த பிரச்சனை வரும் என்று பலரும் நினைக்கிறார்கள். ஆனால் உடல் பருமனில்லாத பெண் களும் இந்தபிரச்சனையால் பாதிக்கப்படுவார்கள்.

சிலருக்கு முகத்தில் மீசை, தாடி, முகம் முழுக்க முடிகள் இருக்கும். சிலருக்கு மாதவிடாயில் பிரச் சனை இருக்கும். ஒழுங்கற்ற மாதவிடாய் இருக்கும்.சில பெண்களுக்கு மாதவிடாய் வராது. வந்தால் தொடர்ந்து 10 நாட்களுக்கு உதிரபோக்கு இருந்துகொண்டே இருக்கும். வெகு சில பெண்களுக்கு மாதவிடாய் சரியாக இருக்கும் ஆனால் ஸ்கேன் பரிசோதனையில் சினைப்பை கட்டிகள் இருப்பது தெரியும். ஆய்வுகள் சொல்லும் அறிகுறி - உலகளவில் அதிக பெண்கள் இந்த பிரச்சனைக்கு உள்ளாகியிருப்பதை பார்த்தோம்.

அதே போன்று ஆய்வுகளும் பல பெண்களின் அறிகுறிகள் உடல் நலனில் உண்டாகும் மாற்றங்கள் போன்றவற்றை வைத்து 3 விதமான காரணங்களை உறுதிபடுத்தியுள்ளது. முதலாவது பெண்களின் மாதவிடாய் சுழற்சியில் தொடர்ந்து மாற்றம். இடைவிடாத இரத்தபோக்கு, அல்லது மாதவிடாய் வராமல் இருப்பது. இரண்டாவது ஹார்மோன் பரிசோதனை செய்யும் போது அவற்றில் மாற்றம் இருப்பது. மூன்றாவது ஸ்கேன் பரிசோதனையில் தெரியும் சில மாற்றம். இவை மூன்றும் இருந்தால் சினைப்பையில் பிரச் சனை உண்டு என்பதை உறுதி செய்யலாம்.

யாருக்கு அதிகம் வரலாம்? இதற்கான காரணங்கள் இதுமட்டும்தான் என்று கண்டறியப்படவில்லை. ஆனால் அறிகுறிகளை வைத்து அந்த குறைபாடுகளை நீக்கும் சிகிச்சை அளிக்கப்படுகிறது. அதனால் அறிகுறிகளை வைத்து அந்த பிரச்சனை ஹார்மோன்,உடல் பருமன், மன அழுத்தம் என்று அனைத்து வகை யிலும் சிகிச்சை அளிக்கப்படும். குடும்பத்தில் இருக்கும் பெண்களுக்கு யாருக்கேனும் இருந்தாலும் வரலாம். அம்மா, பாட்டி, அத்தை மார்கள் இந்த பிரச்சனையில் இருந்திருந்தாலும் இளைய தலைமுறைகளுக்கு இருக்கலாம். இப்படி பரம்பரையாக வருவதற்கு வாய்ப்புண்டு.

ஆனால் பாரம்பரியமான உணவுப்பழக்கங்களைக் கடைபிடித்ததால் அவர்கள் அதிகம் இத்தகைய பாதிப்புக்கு உள்ளாகாமல் பார்த்துகொண்டார்கள். மன

அழுத்தம்-மன அழுத்தத்தால் இந்த பிரச்சனையும் வருமா? வரும் என்கிறார்கள் மருத்துவர்கள். இளம் பெண் கள் பூப்படைந்த காலத்தில் மாதவிடாய் சுழற்சியை சீராக சந்திப்பார்கள். ஆனால் கல்வி, வேலை என்று வெளியில் வந்துதங்கும் போது இயல்பாக மன அழுத்தம் உண்டாகும். இயல்பாக இருக்கும் போது சுழற்சி சீராக இருக்கும்.

ஆனால் வெளியில் வந்து தங்கும்போது மட்டும் மாதவிடாய் சுழற்சி மாறுபடும். திருமணத்துக்கு பிறகும் இந்த பிரச்சனைக்கு உள்ளாகும் பெண்கள் உண்டு.குடும்பத்தில் உண்டாகும் சிறு சிறு பிரச்சனைகளையும் மனதில் கொண்டு உடல் எடை கூடு வதும், உடல் எடை குறைவதும் கூட மன அழுத்தத்தால் உருவாகக்கூடும். ஆக உடல் ரீதியாகவும் மன ரீதியாகவும் ஹார்மோன் ரீதியாகவும் மாற்றங்கள் உருவாகும் போது இந்த பிரச்சனை உண் டாகிறது. கருப்பையில் பாதிப்பு - இந்த பாலிசிஸ்டிக் ஓவரி சிண்ட்ரோம் சிகிச்சை எடுக்காத போது மாதவிடாய் பிரச்சனையை அதிகரிக்கும்.

மாதவிடாய் சுழற்சி என்பதில் சினைப்பையில் வளரும் முட்டைகள் கருப்பையில் வந்து கருவாக உருவாகாமல் இருக்கும் போது இரத்தமாக மாறி வெளிவருகிறது. இதுதான் முறை யான மாதவிடாய் சுழற்சி. அதே நேரம் சினைப்பையில் நீர் கட்டிகள் இருந்தால் அது முட்டைகளை வளர்ச்சியைக் குறைக்கும் போது

மாதவிடாய் சீரற்று இருக்கும். கருமுட்டைகள் உருவாவதிலும் குறைபாடு இருக்கும். இது திருமணத்திற்கு பின்னரும் தொடரும் போது கருத்தரிப்பில் பிரச்சனையை உண்டாக்கவும் வாய்ப் புண்டு.

என்ன தீர்வு? பாலி சிஸ்டிக் ஓவரி சிண்ட்ரோம் சிகிச்சையைப் பற்றி பெண்களுக்கு போதிய விழிப்புணர்வு இல்லை. இந்த சினைப்பை நீர்கட்டிகள் நீக்கிவிடும் போது மட்டும் இந்த பிரச்சனையை சரிசெய்ய லாம் என்பதில் உண்மை கிடையாது. சினைப்பை நீர்கட்டிகளை நீக்கும் போது கருமுட்டை உற்பத் திக்கான சிகிச்சையும் உடல் ரீதியான ஹார்மோன் சுரப்புகளை சரிசெய்வதிலும் மட்டும் தான் இந்த சினைப்பை நீர்கட்டிகள் வரவிடாமல் தடுக்க முடியும். மேற்கண்ட அறிகுறிகளை கண்டதும் மகப்பேறு மருத்துவரிடம் ஆலோசனை பெறுவது நல்லது. முறையான சிகிச்சை தேவையெனில் "லேப்ராஸ்கோப்பி" போன்றவற்றை மருத்துவரே பரிந்து ரைப்பார்.

அதனால் பெண்கள் குறிப்பாக டீன் ஏஜ் பெண்களுக்கு இந்த பிரச்சனை இருந்தால் தாமதிக்காமல் மருத்துவரது ஆலோசனை பெறுவது நல்லது என்கிறார்கள் மகப்பேறு மருத்துவர் கள்.) நன்றி - டாக்டர்.கணேசன். முறையான சிகிச்சை எடுத்துக்கொண்டால், நிச்சயமாக குழந்தை பெற்றுக்கொள்ளலாம். ஆனால், அதைப் புரிந்துக்கொள்ளாத பேதை மகன், தன் மனைவி என்றும் பாராமல்,

வார்த்தைகளால் துளைத்தெடுத்து காயப்படுத்தி இருக்கிறான்.அவனது வீட்டில் உள்ளவர்கள், அந்த பெண்ணை தகாத வார்த்தைகளாலும், அதிகவேலைப்பளுவையும் வாங்கியிருக்கின்றனர்.

மீரா, பொறுமைசாலி, என்பதால் அனைத்தையும் சகித்துக்கொண்டு காலத்தை தள்ளிக்கொண்டிருந்திருக்கிறாள். இதற்கிடையில், அவள் ஒருமுறை கர்ப்பம் தரித்தும், ஹாஸ்பிடலுக்கு சரியான வழியிலும், வாகனத்திலும் கூட்டிச் செல்லாமல், முகம் பார்க்கும் முன்பே அந்த குழந்தையை இழந்தும் இருக்கிறாள், மீரா! அத்தனை கொடுமைகளை சகித்துக்கொண்டு, வாழ்ந்தவளை...

அவனுக்கு தேவை எப்பொழுது எல்லாம் இருந்ததோ, அப்பொழுது எல்லாம் அதை மனம் கோணாமல், செய்தவளை தூக்கி எறிந்த பேதைக்கு பதவி, வெட்னரி டாக்டர். (மனித உணர்வுகளை புரிந்து கொள்ளாத மிருகம், ஐந்தறிவின் தேவையை எப்படித்தான் நிறைவேற்றுமோ? தெரியவில்லை) இதற்கு மறுபுறம் இன்னொரு கருத்தும் இருக்கிறது.மீராவின் அப்பாவிற்கு கீழ் வேலை பார்த்த நபரின் மருமகன் தானாம், அந்த பேதை! மீராவின் அப்பாவின் மேல் வேலை செய்யும் போது ஏற்பட்ட ஒரு சில மனச்சங்கடங்களுக்காகவும் பழி வாங்கும் படலமாக திட்டமிட்டு,நடத்தப்பட்டது இந்த திருமணம் என்றும்! (பாருங்கள்...எப்படி எல்லாம்

மனிதர்கள் இருக்கிறார்கள் என்று) எப்படியோ, ஒரு பெண்ணின் வாழ்வு, இந்த சமூகத்தில் உள்ள மக்களின் பார்வைக்கு என்னவோ, முடிவுக்கு வந்துவிட்டது.

ஆனால், மீரா இப்பொழுது மிகத் தெளிவாக இருக்கிறாள்.தன் வாழ்க்கையை வாழ, ஆரம்பித்து இருக்கிறாள். போட்டித்தேர்வுகளுக்கு தயாராகிக் கொண்டிருக்கிறாள், கணவனுக்காக விட்ட தனது வேலையை மீண்டும் செய்து கொண்டே!. அவளுக்கென உங்களால், ஆன வார்த்தைகளை கமெண்ட் பாக்ஸில் சொல்லிவிடுங்கள். மீராவிடம் பேசும் போது, நன்றாகவே வெளிப்படுகிறது, அவளின் அன்பின் தோல்வி! அப்பா, இப்பொழுது எதுவும் பேசுவதில்லை (தன்னால் தான் தன் பிள்ளைக்கு இப்படியொரு நிலைமை என்று).

அம்மா மனதிற்குள் அழுது கொண்டிருக்கிறாள்.அண்ணணின் வார்த்தைகள் தான் அரவணைப்பையும், அன்பையும் கொடுக்கிறது. அவளே, நினைத்துப்பார்க்காத அளவுக்கு அவளுடைய வாழ்க்கைகள் நடந்து முடிந்துவிட்டது. நாம் அனைவரும் அறிந்த ஒரு விசயம், அடுத்தவரின் குறையை சொல்லக்கூடாது, என்பது தான்.ஆனால் தன் கணவனாலே, தனக்கு அப்படியொரு நிலை வருமென அவள் நினைத்தும் பார்த்திருக்கமாட்டாள்.

ஒரு பெண்ணிற்கு பிரசவ வலி தாண்டிய ஒரு வலியென்றால், அது அவள் கணவன்

அவமானப்படுத்துவது தான். அப்படிபட்ட வேதனையை அடைந்துவிட்டாள் மீரா! இன்றிலிருந்தாவது முதல் சந்திப்பில் குழந்தைகளையும் குடும்பத்தையும் விசாரிக்காதீர்கள்.விருப்பம் இருந்தால் அவர்களே சொல்லட்டும்.

ஏனெனில் குழந்தை எனும் பெருங்காவியத்தை படித்திடும் வாய்ப்பு அனைவருக்கும் கிடைத்துவிடுவதில்லை. அன்பு ஒன்று தான் உண்மை! அதற்கு குறைகள் எல்லாம் பார்க்க தெரியாது.... அன்பை விதைப்போம்! அதையே அறுப்போம்!!

- எல்லா புகழும் இறைவனுக்கே!

மலர்ந்த நினைவுகள்

ஸ்ரீதேவி கண்ணன்

இன்று செப்டம்பர் 5, பள்ளியில் டீச்சர்ஸ் டே பங்ஷன் முடித்து விட்டு வீட்டிற்கு வரும் பொழுது இரவாகிவிட்டது.

உள்ளே வந்ததும்..

"சாப்பாடு எடுத்து வைக்கவா?" உள்ளிருந்து ஒரு குரல்.

"இல்ல வேண்டாம். இன்னைக்கு ஸ்கூல் பங்ஷன்லேயே சாப்பிட்டு வந்துட்டேன்" ன்னு சொல்லி சோபாவில் தலை சாய்த்து படுக்கும் போது பள்ளி ஞாபகம் வந்தது.

நான்காம் வகுப்பு B செக்ஷன்..

"டேய் நில்லுடா. போகாத.. போனா அடி வாங்குவ" என் நண்பன் கணேஷ்.

"அவன் பேச்ச கேக்காதடா. நாங்க இருக்கோம். நீ தைரியமா போய் குடு" இது என் கிளாஸ் நண்பர்கள். என்ன உசுப்பேத்தி விட்டு டீச்சர் கிட்ட அடி வாங்க வைக்கிறது தான் இவங்க பொழுதுபோக்கே.

தன்யா மிஸ், எங்க இங்கிலிஷ் டீச்சர். பின்னந்தலையில ஒரே கிளிப், பின்னாத கூந்தலோட, ஒரு கருப்பு ஸ்டிக்கர் பொட்டு, அதுக்கு மேல ஒரு சென்டிமீட்டர்க்கு சின்ன சந்தனக்கோடு, தேவதை மாறி இருப்பாங்க. டீச்சர லவ் பண்ணாதவங்க யாராச்சும் இருப்பாங்களா? அந்த வரிசையில நானும் ஒருத்தன்.

அதென்னமோ தெரியலங்க, எங்க கிளாஸ்ல 26 பொண்ணுங்க இருந்தும் யாரையுமே எனக்கு பிடிக்கல. அது சரி எப்பவுமே அவங்கவங்க கிளாஸ் பொண்ணுங்க அவங்களுக்கு சுமாரா தான தெரிவாங்க அடுத்த கிளாஸ் பொண்ணுங்க தான கண்ணுக்கு லட்சணமா இருப்பாங்க.

ஆனா நம்ம ரூட்டே வேறங்க.
ஆமாங்க, தன்யா மிஸ்ஸ தான் நான் உயிருக்கு உயிரா லவ் பண்ற.
அவங்களுக்கு லவ் லெட்டர் எழுதி தான் எடுத்துட்டு போய்ட்டு இருக்கேன். அதான் கணேஷ் தடுக்க பாக்கிறான்.

டீச்சர் ரூம் வந்தாச்சு. அது வரைக்கும் வீர வசனம் பேசிட்டு வந்த எனக்கு அதுக்கு மேல போக தைரியம் இல்ல. ஏன்னா தன்யா மிஸ் பாக்கிறதுக்கு தான் தேவதை, ஸ்கேல் எடுத்தாங்கன்னா பத்ரகாளி.

எங்க கிளாஸ்லேயே தன்யா மிஸ்ஸ எதிர்த்து பேசுற தைரியம் எனக்கு மட்டும் தான் இருக்கு. அப்டின்னு சொல்லியே என்ன அவங்க கிட்ட அடி வாங்க வைக்க நினைப்பாங்க.

ஆனாலும் மிஸ் என்னை அடிக்க மாட்டாங்க. சிரிச்சிட்டே செல்லமா தலைல கொட்டிட்டு விட்டுவாங்க, அந்த பொறாமை தான் அவனுங்களுக்கு.

"அந்த மிஸ் உன்ன மட்டும் அடிக்காம வலிக்காத மாறி கொட்றாங்கனா என்ன அர்த்தம். அவங்களுக்கு உன்ன ரொம்ப பிடிச்சுருக்குன்னு தான். போடா போய் லவ் பண்றன்னு சொல்லு". இப்படி உசுப்பேத்தி தான் இப்ப நான் இங்க நிக்கிறேன்.

நானும் அவங்க சொன்னதை நம்பி ஒரு வேகத்துல லவ் லெட்டரும் எழுதிட்ட. ஆனா குடுக்க தான் பயமா இருந்துச்சு. இருந்தாலும் ஒரு குருட்டு தைரியத்துல உள்ள போய் குடுத்திட்ட.

வாங்கி படிச்சுட்டு, கீழ கெடந்த ஒரு பெரம்பு குச்சியை எடுத்து சும்மா துரத்தி துரத்தி அடிச்சாங்க பாருங்க. எப்பா என்னா அடி!. டிரௌசரே கிழிஞ்சுருச்சு. அதோட விடாம வீட்ல சொல்லவான்னு வேற மிரட்டுனாங்க.

ஸ்கூல்ல டீச்சர் அடிய கூட வாங்கிரலாம் ஆனா எங்க அப்பா கிட்ட மாட்னோம் டின்னு கட்டிருவாரு. எப்படியோ மிஸ்ஸு கைல கால்ல விழுந்து ஒரு வழியா வீட்டுக்கு சொல்ல விடாம தடுத்துட்ட.

ஆனாலும் அவங்க விடல "நாளைக்கு வா ப்ரின்சிபால் கிட்ட சொல்லி உன்னை என்ன பண்றன்னு பாரு" ன்னு சொல்லிட்டு கடைசியா

காத பிடிச்சு திருகுனாங்க பாருங்க இப்ப தொட்டாக் கூட செம்ம வலி.
என்னதான் வலிச்சாலும் உள்ளுக்குள்ள ஒரே சந்தோசம்.

அதை நினைத்துக் கொண்டே அப்படியே சோபாவில் உறங்கிவிட்டேன்..

பொழுது கிளம்பி சூரியன் ஜன்னல் வழியே எட்டிப் பார்க்க, சோபாவில் படுத்திருந்த நான் அலாரம் அலறும் சத்தத்தில் திடுக்கிட்டு எழுந்தேன்.

கடிகார முள் எட்டை தொட்டிருந்தது. அவசர அவசரமாக குளித்து கிளம்பி பள்ளிக்கு சென்றேன்.

பள்ளி முதல்வரை சந்திக்க சொல்லி அஸ்வினின் வகுப்பு ஆசிரியை அவனிடம் கூறியிருந்தார்.

ரீனாவின் பெற்றோரும் அவன் செய்த காரியத்தை பற்றிச் சொல்ல முதல்வர் அறையில் காத்திருந்தனர்.

எவ்வளவு அவசரமாக கிளம்பியும் பள்ளியை அடையும் போது மணி 9.30.

வாட்ச் மேன் தன் தொப்பையை உள்ளே இழுத்துக்கொண்டு "குட் மார்னிங் சார்" என்றார். எதிரில் வந்த ஆசிரியர் மாணவர்களென அனைவருக்கும் ஒரு புன்னகையை பரிசாய்

அளித்துவிட்டு பள்ளி முதல்வர் அறை நோக்கி வெகு வேகமாக சென்று முதல்வர் இருக்கையில் அமர்ந்தேன்.

ரீனாவின் தந்தை, "உங்களுக்கே தெரியும் நேத்து இரண்டாம் வகுப்பு படிக்கும் என் மகள் ரீனாவிற்கு அதே வகுப்பில் படிக்கும் அஸ்வின் முத்தம் கொடுத்துவிட்டான். இந்த வயசுலயே இப்டினா பெரியவனானதும் இவன் என்னெல்லாம் பண்ணுவான்". என்றதுமே என்னை மீறி வந்த சிரிப்பை அடக்கிக் கொண்டேன்.

"இந்த வயசில் இதெல்லாம் தப்பு. ரீனாவிடம் சாரி சொல்லிவிட்டு கிளாஸ்க்கு போ அஸ்வின்" என்று அந்த சிறுவனை கண்டித்து அனுப்பையில் என் பள்ளிப் பருவமும் தன்யா டிச்சரும் இன்னொரு முறை என் கண் முன் தோன்றி மறைந்தன..

"நம்மலாச்சும் லெட்டர் தான் குடுத்தோம் பயபுள்ள முத்தமே குடுத்துட்டானே. கரெக்ட் பண்ணிருவானோ"

விதியின் பிழை

ஏகுமீனா நாராயணன்

அமைதியின் மையமாக அந்த பள்ளி சூழல் இருக்க.. இரவும் பகலும் படித்த கண்கள் இன்று இறுதி தேர்வு என்று மனநிறைவாக இருக்க... மணி ஒலித்தவுடன் கையில் இருந்த தேர்வு காகிதத்தை ஆணையரிடம் கொடுத்துவிட்டு மாணவர்கள் எல்லாரும் குதூகலமாக வெளியே வந்தனர். இரவும் பகலும் கண் விழித்து படித்து 10 ஆம் வகுப்பு தேர்வு இன்றோடு முடிவுற்றது. தீபனின் கண்களோ வெண்ணிலாவை தேடி பிடித்தது. இவனின் காதலுக்கு முடிவு தேர்வு முடியும் அன்று தெரிவிக்கிறேன் என்று கூறினாள் அவள். அவனின் நெஞ்சம் பட படக்க அவளிடம் போய் நின்றான் தீபன்.

"தீபன் இப்போ வருவது எல்லாம் காதல் இல்லை வெறும் ஈர்ப்பு தான்.. இதை எத்தனை முறை உன்னிடம் சொல்லியும் நீ புரிந்து கொள்ளவில்லை. உன் வீட்டில் உன் அப்பா

இல்லை அம்மா மட்டும் தான் உன்னையும் உன் தங்கையையும் படிக்க வைக்கிறார், அதிலும் நீ என்னை நினைத்து படிப்பில் கவனம் செலுத்த வில்லை என்று நம் நண்பர்கள் கூறியதால் தான் தேர்வு முடியும் அன்று தெரிவிக்கிறேன் என்று சொல்லிருந்தேன். இந்த நொடி வரை உன் மேல் எனக்கு எந்த ஈர்ப்பும் இல்லை. உன்னை காயப்படுத்துவது என் நோக்கம் இல்லை.

தேர்வு முடிவுகள் வந்த பிறகு அவரவர் அவர்களுக்கு பிடித்த பிரிவை சேர்ந்து நன்கு படித்து 12ஆம் வகுப்பு பொது தேர்வையும் நன்கு எழுதி நம் கனவு கல்லூரியில் சேர்ந்து நன்கு பயின்று பட்டம் வாங்கவோம். அதன் பிறகும் உனக்கு என் மேல் காதல் உண்டு என்றால் என்னிடம் வா. அப்போது நம்புகிறேன் இது காதல் என்று. என் வீட்டில் நடந்த கதை உனக்கு நிச்சயம் தெரியும். என் அக்கா இந்த வயதில் வழி தவறி சென்று அவள் வாழ்க்கை இழந்து இன்று எங்கள் குடும்பம் படும் பாடு. என்னால் அதே தவறை செய்ய முடியாது.

புரிந்துக்கொள்," என்று கூறி அவன் முகம் பாராமல் சென்றாள் அவள்.

ஆண்டுகள் உருண்டோடியது. அவர்கள் இருவரும் வெவ்வேறு பள்ளிகளில் 12ஆம் வகுப்பு படித்து தேர்வு எழுதி வெவ்வேறு கல்லூரியில் பொறியியல் பயின்றனர். கல்லூரி முடிந்து. மேல் படிப்பும் முடிந்து வேலைக்கும் சென்றாள் வெண்ணிலா. அவளுக்கு அவள் பெற்றோர் பாத்து திருமணமும் முடிவு செய்தனர். அவள் தன்னை திருமணம் செய்ய இருக்கும் மாப்பிள்ளை உடன் பத்திரிக்கை வைத்து தனது நண்பர்களை அழைத்து வந்தாள். அப்போது தனது நண்பர் ஒருவரால் விஷயம் தெரிந்து விட அவளால் தாங்கிக் கொள்ள முடியவில்லை.

3 ஆண்டுக்கு முன் பொறியியல் கல்லூரி கடைசி செமஸ்டரின் முடிவுக்கு காத்திருந்த தீபனோ அவளை இன்றும் மறக்கவில்லை அவளை சந்திக்க நினைத்தான். அதற்கு முன் அவளுக்கு நல்ல பரிசை வாங்க வேண்டும் என்று தன் இருசக்கர வாகனத்தில் விரைந்து அவளுக்கு பிடிக்கும்படியாக ஓர் பரிசை வாங்கி திரும்பும்

போது நேரியது அந்த கொடூரமான விபத்து. விபத்தில் அவனை காப்பாற்ற முடியவில்லை. இதை அறியா வெண்ணிலா அவளின் வாழ்க்கை பயணம் தொடர்ந்து சென்றுயிருக்கிறாள்.

தன் வார்த்தையை நம்பி படித்து தன்னை பார்க்க வந்தவனின் வாழ்க்கை இப்படி ஆனது அவளால் தாங்கிக் கொள்ள முடியவில்லை. தவித்த அவளின் மனம் எங்கே செல்லும். அவனின் அம்மாவை சந்தித்தாள். அவனின் தாயோ அவன் விபத்தில் போது சிதறிய அந்த பரிசை பத்திரபடுத்தி அவள் கையில் கொடுக்க. அவளால் தாங்க முடியாமல் அழுது "என் தப்பு தான். காதல் செய்ய முடியாது என்று கூறியிருந்தால் அவன் வாழ்க்கையை அவன் பார்த்து இன்று நன்றாக இருந்திருப்பான். எங்கே திசை மாறி போய்விடுவானோ என்று பயந்து இப்படி கூறினேனே... 12ஆம் வகுப்பு முடித்து கல்லூரி எல்லாம் முடிந்தால் நிச்சயம் அவன் நினைவில் நான் இருக்க மாட்டேன் என்று எண்ணி கூறினேன். அதை மட்டுமே நினைத்து

கல்லூரி முடித்துருக்கிறானே!!" என்று கூறி அழுதாள் அவள்.

அவள் அருகில் இருந்த மாப்பிள்ளையோ "இதில் உன் தவறு ஏதும் இல்லை வெண்ணிலா.. எல்லாம் விதி. அம்மா இந்த சம்பவம் யாருக்கும் நேரிட கூடாது. உங்கள் மகன் உயிரோடு இருந்திருந்தால் என்ன செய்திருப்பாரோ அதை என்னால் முடிந்த வரை செய்ய முயற்சிக்கிறேன். என்னையும் தங்களின் மகளாக எண்ணி எங்கள் திருமணத்திற்கு வந்து எங்களை ஆசிர்வதித்தால் மட்டுமே நாங்கள் நன்றாக வாழ முடியும். இல்லையெனில் இந்த குற்ற உணர்வே எங்களை வாழ விடாது" என்று பக்குவமாய் கூற..

அந்த தாயோ "விதியை யாராலும் மாற்ற முடியாது மா. உன் கல்யாணத்திற்கு நிச்சயம் நான் வருவேன் கவலை படாதே," என்று ஆறுதல் கூறி அனுப்பி வைத்தாள். நினைப்பதும் நடப்பதும் நம் கையில் இல்லை என்று புரிந்து அவனின் புகைப்படத்தை பார்த்து கொண்டே விடைபெற்றாள் அவள். அவனும் புகைப்படம் வழியாக அவளை கண்டு மெய்சிலிர்த்து அந்த

வானத்தில் இல்ல வெண்ணிலாவிற்க்கே சென்றுவிட்டான் தன் காதலோடு.

இதில் பிழை யாருடையது?? தன் அக்கா செய்த தவறை நான் செய்ய மாட்டேன் என்று எண்ணிய வெண்ணிலா மேலா?? சிறு வயதில் வந்த காதலை மனதில் வைத்து கொண்ட தீபனின் மேலா?? எல்லாரையும் பாடு படுத்தும் காதலின் மேலா??? விதி என்பது இப்படியா விளையாடும்.. பிழை விதியின் மேலே....